தமிழ்க்
கலைக்களஞ்சியத்தின்
கதை

தமிழ்க் கலைக்களஞ்சியத்தின் கதை
ஆ. இரா. வேங்கடாசலபதி

உலகிலுள்ள அனைத்து அறிவையும் திரட்டிப் பொருள் வாரியாகத் தலைச்சொற்களை அகரவரிசையில் அமைத்துப் பல தொகுதிகளாக வழங்குவதே 'கலைக்களஞ்சியம்' ஆகும். தமிழில் ஒரு கலைக்களஞ்சியம் என்பது தமிழரின் நூற்றாண்டுக் கனவாகும். அக்கனவை நனவாக்கியவர்கள் தி.சு. அவினாசிலிங்கம், பெ. தூரன் ஆகியோர். 20 ஆண்டு உழைப்பு, 1200 கட்டுரையாளர்கள், 15,000 தலைப்புகள், 7,500 பக்கங்கள், 10 தொகுதிகள் கொண்டு 1953 முதல் 1968 வரை வெளியான கலைக்களஞ்சியம் இந்தியப் பதிப்புலகில் ஒரு சாதனையாகும். ஏராளமான தகவல்களைத் திரட்டி, இச்சாதனை வரலாற்றை இச்சிறு நூலில் நயம்பட எழுதியிருக்கிறார் ஆ. இரா.வேங்கடாசலபதி.

ஆ. இரா. வேங்கடாசலபதி தமிழ்ச் சமூக வரலாறு தொடர்பாகக் குறிப்பிடத்தகுந்த ஆய்வுகள் செய்துவருபவர். சென்னை வளர்ச்சி ஆராய்ச்சி நிறுவனத்தில் *(Madras Institute of Development Studies)* பேராசிரியராக இருக்கும் இவர், மனோன்மணியம் சுந்தரனார் (திருநெல்வேலி), சென்னை, சிகாகோ, சிங்கப்பூர் பல்கலைக்கழகங்களில் பணியாற்றியிருக்கிறார். வி.கே.ஆர்.வி. ராவ் விருதும் (2007) விளக்கு புதுமைப்பித்தன் விருதும் (2018), கனடா இலக்கியத் தோட்டத்தின் வாழ்நாள் சாதனையாளருக்கான 2021ஆம் ஆண்டின் இயல் விருதைப் பெற்றிருக்கிறார்.

ஆசிரியரின் பிற நூல்கள்

எழுதியவை

வ. உ. சியும் திருநெல்வேலி எழுச்சியும்
பின்னி ஆலை வேலைநிறுத்தம், 1921
(இணையாசிரியர்: ஆ. சிவசுப்பிரமணியன்)
திராவிட இயக்கமும் வேளாளரும், 1927–1944
அந்தக் காலத்தில் காப்பி இல்லை முதலான ஆய்வுக் கட்டுரைகள்
நாவலும் வாசிப்பும்
முல்லை: ஓர் அறிமுகம்
முச்சந்தி இலக்கியம்
பாரதி: கவிஞனும் காப்புரிமையும்
ஆஷ் அடிச்சுவட்டில்: அறிஞர்கள், ஆளுமைகள்
எழுக, நீ புலவன்!: பாரதி பற்றிய கட்டுரைகள்

பதிப்பித்தவை

வ. உ. சி. கடிதங்கள்
மறைமலையடிகளார் நாட்குறிப்புகள்
வ. உ. சியும் பாரதியும்
பாரதியின் கருத்துப்படங்கள்: 'இந்தியா' 1906–1910
அன்னை இட்ட தீ: புதுமைப்பித்தன்
வ. உ. சியின் சிவஞான போதவுரை
புதுமைப்பித்தன் கதைகள்: முழுத் தொகுப்பு
புதுமைப்பித்தன் கட்டுரைகள்
அண்ணல் அடிச்சுவட்டில் – ஏ. கே. செட்டியார்
பாரதி: 'விஜயா' கட்டுரைகள்
புதுமைப்பித்தன் மொழிபெயர்ப்புகள்
பாரதி கருவூலம்: 'ஹிந்து' நாளிதழில் பாரதியின் எழுத்துகள்
திலக மகரிஷி – வ.உ.சி.
பாரதியின் சுயசரிதைகள்: கனவு, சின்னச் சங்கரன் கதை
சென்றுபோன நாட்கள்: எஸ்.ஜி. இராமாநுஜலு நாயுடு
புதுமைப்பித்தன் வரலாறு: தொ.மு.சி ரகுநாதன்
உ.வே. சாமிநாதையர் கடிதக் கருவூலம்

தமிழாக்கம்

பாப்லோ நெருடா, துயர்மிகு வரிகளை இன்றிரவு நான் எழுதலாம்
வரலாறும் கருத்தியலும் (Romila Thapar's Past and Prejudice)

In English

(trans), Tranquillity – Bharatidasan
(trans), J.J. Some Jottings – Sundara Ramaswamy
In Those Days There Was No Coffee: Writings in Cultural History
(ed.) A.K. Chettiar, In the Tracks of the Mahatma: The Making of a Documentary
(ed.) Chennai, Not Madras: Perspectives on the City (2006)
(ed.) M.L. Thangappa, Love Stands Alone: Selections from Tamil Sangam Poetry
(ed.) M.L. Thangappa, Red Lilies and Frightened Birds: 'Muttollayiram'
The Province of the Book: Scholars, Scribes, and Scribblers in Colonial Tamilnadu
(co-ed.), Beyond Tranquebar: Grappling Across Cultural Borders in South India
Who Owns That Song?: The Battle for Subramania Bharati's Copyright
Tamil Characters: Personalities, Politics, Culture

ஆ. இரா. வேங்கடாசலபதி

தமிழ்க் கலைக்களஞ்சியத்தின் கதை

காலச்சுவடு பதிப்பகம்

அன்பார்ந்த வாசகருக்கு,

வணக்கம்.

காலச்சுவடு நூலை வாங்கியமைக்கு நன்றி.

நூலின் உள்ளடக்கம், உருவாக்கம், அட்டைப்படம் இன்ன பிற அம்சங்கள் பற்றிய உங்கள் கருத்துகளையும் ஆலோசனைகளையும் காலச்சுவடு வரவேற்கிறது. தகவல், எழுத்து, வாக்கியப் பிழைகள் தென்பட்டால் கட்டாயம் தெரிவித்து உதவுங்கள். நூல் தயாரிப்பில் கடும் குறைபாடு இருப்பின் மாற்றுப் பிரதி உங்களுக்குக் கிடைக்கக் காலச்சுவடு ஏற்பாடு செய்யும்.

மின்னஞ்சல்: **publisher@kalachuvadu.com**

காலச்சுவடு நாகர்கோவில் அலுவலகத்திற்குக் கடிதம் அனுப்பலாம்.

தங்கள்
எஸ்.ஆர். சுந்தரம் (கண்ணன்)
பதிப்பாளர் – நிர்வாக இயக்குநர்

தமிழ்க் கலைக்களஞ்சியத்தின் கதை ❖ ஆய்வு நூல் ❖ ஆசிரியர்: ஆ.இரா. வேங்கடாசலபதி ❖ © ஆ. இரா. வேங்கடாசலபதி ❖ முதல் பதிப்பு: டிசம்பர் 2018, ஐந்தாம் பதிப்பு: டிசம்பர் 2023 ❖ வெளியீடு: காலச்சுவடு பப்ளிகேஷன்ஸ் (பி) லிட்., 669, கே.பி. சாலை, நாகர்கோவில் 629001

tamizl kalaikkaLanciyattin katai ❖ A History of the Tamil Encylopaedia ❖ Author: A.R. Venkatachalapathy ❖ © A.R. Venkata chalapathy ❖ Language: Tamil ❖ First Edition: December 2018, Fifth Edition: December 2023 ❖ Size: Crown ❖ Paper: 18.6 kg maplitho ❖ Pages: 86

Published by Kalachuvadu Publications Pvt. Ltd., 669 K.P. Road, Nagercoil 629001, India ❖ Phone: 91-4652-278525 ❖ e-mail: publications@kalachuvadu.com ❖ Printed at Adyar Students xerox Pvt. Ltd., No. 275 Habibullah Road, Triplicane high Road, Opp Triplicane Post Office, Triplicane, Chennai 600005

ISBN: 978-93-86820-95-2

12/2023/S.No. 863, kcp 4914, 18.6 (5) uss

எம். சிவசுப்ரமணியன்
(எம்.எஸ்.)
அவர்களின் நினைவுக்கு....

பொருளடக்கம்

அட்டவணைப் பட்டியல்	10
படப் பட்டியல்	10
நன்றி	11
முன்னுரை: 'எல்லாப் பொருளும் இதன்பாலுள'	15
'அபிதான சிந்தாமணி'யும் பிற முயற்சிகளும்	17
கலைக்களஞ்சியம்	24
பணி தொடங்கியது	31
நெருக்கடிகளும் பணி நிறைவும்	55
எதிர்வினைகள்	65
முடிவுரை	72
பிற்சேர்க்கை	
விடைபெறுகின்றேன் – பெ. தூரன்	75
சான்றுக் குறிப்புகள்	79

அட்டவணைப் பட்டியல்

1. நன்கொடை வரவு — 29
2. கலைக்களஞ்சிய ஊழியரும் மாதச் சம்பளமும் — 36
3. கட்டுரையாளருக்கு ஊதிய விகிதம் — 46
4. கலைக்களஞ்சியத் தொகுதிகள் — 51
5. கலைக்களஞ்சிய இருப்பும் விற்பனையும், 1963 — 52
6. வரவு செலவு (1956 வரை) — 60

படப் பட்டியல்

1. தமிழ்க் கலைக்களஞ்சியக் குழு — 85
2. தி.சு. அவினாசிலிங்கம் செட்டியார் — 86
3. பெ. தூரன் — 86
4. தெ.பொ. மீனாட்சிசுந்தரனார் — 86
5. பொ. திரிகூடசுந்தரம் பிள்ளை — 86

நன்றி

பிரெஞ்சுக் கலைக்களஞ்சியம் பற்றி இராபர்ட் டார்ண்டன் எழுதிய நூலை (Robert Darnton, *The Business of Enlightenment: A Publishing History of the 'Encyclopédie', 1775 - 1800*) 1991இல் படித்தபொழுது தமிழ்க் கலைக்களஞ்சியத்தின் வரலாற்றை எழுத வேண்டும் என்ற ஆசை எழுந்தது. அப்பொழுதிலிருந்தே இது தொடர்பான குறிப்புகளைச் சேகரித்து வரலானேன். பின்னர் கலைக்களஞ்சிய உருவாக்கம் தொடர்பான ஆவணங்களைத் தேடிச் சென்னைப் பல்கலைக்கழகத்தில் அமைந்துள்ள தமிழ் வளர்ச்சிக் கழக அலுவலகத்திற்கு 2004ஆம் ஆண்டளவில் சென்றேன். களஞ்சியத் தயாரிப்புக்கான அட்டைகள், கடிதங்கள் முதலானவை காலப்போக்கில் அழிந்துபோயிருந்தாலும் பல கோப்புகளும் பேரேடுகளும் காணக் கிடைத்தன. அப்போது அங்குப் பதிப்பாசிரியராகப் பணியாற்றிவந்த நண்பர் மா. மதியழகன்

இவற்றைப் பயன்கொள்ளத் துணைசெய்தார். இந்தத் தகவல்களின் அடிப்படையில் *'Kalaikkalanjiyam:* The Making of the Tamil Encyclopaedia, *1947–1968'* என்றொரு கட்டுரையை எழுதினேன். கேம்பிரிட்ஜ் பல்கலைக்கழகத் தெற்காசிய ஆய்வு மையத்தின் சிறுவெளியீடாக முதலில் வெளியான அக்கட்டுரை சில ஆண்டுகள் கழித்து Swapan Chakravorty & Abhijit Gupta (eds), *Movable Type: Book History in India,* Permanent Black, Ranikhet, *2008* என்ற நூலில் இடம்பெற்றது.

பெ. தூரன் நூற்றாண்டிலாயினும் (2007–08) அக்கட்டுரையை விரிவாக்கித் தமிழில் எழுத வேண்டும் என்று விரும்பினேன். ஆனால் அதற்குரிய காலம் இப்போது தான் கனிந்துள்ளது.

இச்சிறு நூலை எழுதுவதற்குப் பெ. தூரனின் குடும்பத்தினரின் உதவி இன்றியமையாததாக விளங்கியுள்ளது. தூரன் எழுதிவைத்திருந்த 'நினைவுகள்' என்ற அச்சேறாத நூற்பிரதியையும் சில கடிதங்களையும் படங்களையும் பார்வையிட்டுப் பயன்படுத்திக்கொள்ள அவர்கள் மனமுவந்து அனுமதி அளித்தனர். இதன்பொருட்டுத் திரு ம.பெ. சுதந்திரகுமார் அவர்களுக்கும் முனைவர் ம.சு. முரளி முருகவேல் அவர்களுக்கும் என் நன்றி உரியது.

வழக்கம்போல் இதன் கரட்டு வடிவத்தை மேற்பார்த்துக் கருத்துரைத்தவர் பழ. அதியமான். கடைசி மெய்ப்பைத் திருத்தி உதவியவர்கள் கே.எம். வேணுகோபால், ப. சரவணன்.

இச்சிறு நூலின் முதல் வடிவத்தைத் திருப்பூர் இரத்தினசாமி–சாமியம்மாள் அறக்கட்டளைச் சொற்பொழிவாகக் கோவை அவினாசிலிங்கம் மனையியல் பல்கலைக்கழகத்தில் (மார்ச் 2018) ஆற்றினேன். இப்போது எம்.எஸ். அவர்களின் முதலாண்டு நினைவினையொட்டி இது முழுமைபெறுகின்றது.

*1995 – 2000*இல் நெல்லையில் பல்கலைக்கழகப் பணியில் இருந்தபொழுது நாகர்கோயிலில் சுந்தர ராமசாமி இல்லத்திற்கும் காலச்சுவடு அலுவலகத்திற்கும் ஏறத்தாழ வாரம் தவறாமல் செல்வேன். அக்காலத்தில் சுந்தர ராமசாமியின் நண்பராக எம்.எஸ். எனக்கு அறிமுகமானார். அச்சுக்கோப்புப் பிரிவிலும் உணவு மேசையிலும் திடீரெனத் தோன்றித் திடீரென மறைந்தும் விடுவார் எம்.எஸ். புன்சிரிப்பின்வழியாகவும் சிறுசிறு ஆலோசனைகளின்வழியாகவும் என் பணிகளில் தம் ஆர்வத்தை அவர் புலப்படுத்துவார். பழம் நூல்களில் பேரார்வம் கொண்டிருந்த அவருக்கு இந்தக் கலைக்களஞ்சியத்தின் கதை உவப்பளித்திருக்கும் என்பதே என் நம்பிக்கை.

சென்னை **சலபதி**

6 நவம்பர் *2018*

முன்னுரை
'எல்லாப் பொருளும் இதன்பாலுள'

தமிழில் ஒரு கலைக்களஞ்சியம் என்பது தமிழரின் நூற்றாண்டுக் கனவாகும்.

'எல்லாப் பொருளும் இதன்பாலுள, இதன்பால் இல்லாத எப்பொருளும் இல்லை யால்' என்ற குறிக்கோளோடு, உலகிலுள்ள அனைத்து அறிவையும் திரட்டிப் பொருள் வாரியாகத் தலைச்சொற்களை அமைத்து அகரவரிசையில் பல்வேறு தொகுதிகளாக வழங்குவதே Encyclopaedia ஆகும். தமிழில் இதனைக் 'கலைக்களஞ்சியம்' என்கிறோம். பதினெட்டாம் நூற்றாண்டில் ஐரோப்பாவில் கோலோச்சிய அறிவொளி இயக்கக் காலத்தில் தான் இவ்வாறு அறிவைத் தலைச்சொற்களின் கீழ் திரட்டி, வகைதொகைப் படுத்தி, நூற்றொகுதிகளாக வழங்கும் முறை உருவாகியது. Encyclopaedia Britannicaவின் முதல் பதிப்பு 1771இல் மூன்று தொகுதிகளாக வெளிவந்தது. அடுத்தடுத்துத் திருத்திய பதிப்புகள் வெளிவந்தன. 1911இல் வெளியான பதினொன்றாம் பதிப்பு இன்றளவும் ஒரு சாதனையாகக் கருதப்படுகிறது.[1] (ஜார்ஜ்

லூயி போர்ஹெஸ் இதனை முழுவதுமாகப் படித்தார் என்று சொல்வார்கள்.) 2010ஆம் ஆண்டுக்குப் பிறகு அச்சு வடிவிலான என்சைக்ளோபீடியா பிரிட்டானிக்காவின் வெளியீடு நின்றுவிட்டது; ஆனால் இணையத்தில் தொடர்ந்து புத்தாக்கம் பெற்றுவருகிறது. இருப்பினும், மரபார்ந்த கலைக்களஞ்சியங்களுக்கு விக்கிபீடியா சாவுமணி அடித்துவிட்டது என்றே சொல்ல வேண்டும்.

1751 முதல் 1772 வரை வெளியான பிரெஞ்சுக் கலைக்களஞ்சியமான Encyclopédieக்குப் பிரெஞ்சுப் புரட்சிக்கு வித்திட்ட பெருமை உண்டு. மார்க்சிய – லெனினிய அடிப்படையில் சோவியத் அரசாங்கம் தயாரித்த The Great Soviet Encyclopedia வேறொரு வகைச் சாதனையாகும். 1924 முதல் 1947 வரை 65 தொகுதிகளாக ருஷ்ய மொழியில் வெளிவந்த இது அடுத்து இரண்டு பதிப்புகளைக் கண்டது. இதனை மாக்மில்லன் பதிப்பகம் முப்பத்தொரு தொகுதிகளாக ஆங்கிலத்தில் மொழிபெயர்த்து (1974–1983) வெளியிட்டிருக்கிறது.

பத்தொன்பதாம் நூற்றாண்டின் பிற்பகுதியில் ஆங்கிலத்தின்வழி மேலைநாட்டு நவீன அறிவைப் பெறத் தொடங்கியதிலிருந்தே தமிழ் அறிவாளர்கள் என்சைக்ளோபீடியா பிரிட்டானிக்கா போன்றதொரு கலைக்களஞ்சியம் தமிழுக்கு வேண்டும் என்று விரும்பி யிருக்கிறார்கள். அகராதி, உரைநடை, நாவல், வாழ்க்கை வரலாறு, சுயசரிதை என்பன போல் மேனாட்டு வடிவங் களையும் வகைகளையும் தமிழுக்குக் கொண்டுவர முயன்றிருக்கிறார்கள். உரைநடையும் நாவலும், ஏன் அகராதியும்கூடத் தமிழுக்கு வருவதில் அதிகப் பொருட்செலவில்லை. கலைக்களஞ்சியமோ பல்லாண்டு உழைப்பையும் பெரும் பொருட்செலவையும் வேண்டி நிற்கும் பணியாகும்.

7,500 பக்கங்களில் பத்துத் தொகுதிகளாக 1953–1968இல் வெளியான கலைக்களஞ்சியம் தமிழுக்கு வந்தது ஒரு பெரிய கதை.

'அபிதான சிந்தாமணி'யும் பிற முயற்சிகளும்

கலைக்களஞ்சிய முன்னோடிகள் எனத்தக்க சில முயற்சிகள் இருபதாம் நூற்றாண்டின் தொடக்கத்தில் மேற்கொள்ளப் பட்டிருக்கின்றன. 'அபிதான கோசம்' (அபிதானம்: பெயர்; கோசம்: கருவூலம்; அகராதி) என்று தமிழிலும், The Tamil Classical Dictionary என ஆங்கிலத்திலும் பெயரிடப்பெற்ற ஒரு நூலை யாழ்ப்பாணம் மானிப்பாய் ஆ. முத்துத்தம்பிப் பிள்ளை (1858–1917) 1902இல் வெளியிட்டிருக்கிறார். வேத புராண இதிகாசச் செய்திகளோடு கர்ணபரம்பரையாகக் கேட்ட செய்திகளையும் 'அக்ஷர அடைவாக வகுத்த' (அதாவது, அகரவரிசையிலமைந்த) 400 பக்க அளவிலான நூல் இது. 'சரித்திரவுணர்ச்சி யின்றிப் பொருள் காணுதல் கூடாது' என்று கருதக்கூடிய செய்யுள்களைப் புரிந்து கொள்ள இந்நூல் பயன்படும் என்று நம்பிய முத்துத்தம்பிப் பிள்ளை பதினாறாண்டுகள் இதற்காக உழைத்தாலும், தமது முயற்சி

குளந்தோண்ட வேண்டியிருக்கக் காடை சிறகால் சிறுகுழி செய்தது போலாகும் என்று தன்னடக்கம் கொண்டிருக்கிறார். 'அபிதான கோசம்' வெளியீட்டுச் செலவின் ஒரு பகுதியைக் கொழும்புப் பிரமுகர் சர் பொன்னம்பலம் குமாரசாமி முதலியார் ஏற்றுக்கொண் டிருக்கிறார். நூறு பிரதிகளை விலை கொடுத்து வாங்கித் துணைநின்றிருக்கிறார் பாலவநத்தம் ஜமீன்தாரும் மதுரைத் தமிழ்ச் சங்கம் நிறுவியவரும் தமிழ்ப் புரவலருமான பொ. பாண்டித்துரைசாமித் தேவர். புரவலர் ஆதரவின்றிக் கலைக்களஞ்சிய முயற்சிகள் இயல்வதாகாது என்பதை இது காட்டுகிறது.[2]

இதற்கடுத்து, சென்னைக் கிறித்தவக் கல்லூரித் தமிழாசிரியர் ஈக்காடு இரத்தினவேலு முதலியார் தமிழ், வடமொழி நூல்களிலுள்ள சிறப்புப் பெயர்களுக்கு விளக்க மாகச் 'சிறப்புப் பெயர் அகராதி' என்றொரு நூலை 1908இல் வெளியிட்டதாகத் தெரிகிறது.[3]

தமிழில் கலைக்களஞ்சியம் உருவாக்கும் முதல் பெருமுயற்சி 1890இல் தொடங்கியது. பச்சையப்பன் அறக்கட்டளைப் பள்ளிக்கூடங்களில் தமிழ்ப் பண்டிதராக இருந்த ஆ. சிங்காரவேலு முதலியார் (1855–1931) இப்பணியை முதலில் தொடங்கியவராவார்.[4] செங்கல்பட்டு மாவட்டத்தைச் சேர்ந்த ஆலூரைச் சொந்த ஊராகக் கொண்ட இவர், சென்னை மாநிலக் கல்லூரியில் கோமளபுரம் இராசகோபால பிள்ளையிடம் பயின்றவராவார். சிங்காரவேலு முதலியார் திட்டமிட்ட 'அபிதான சிந்தாமணி' நவீன அறிவுத் திரட்டல்ல. (அபிதானம்: பெயர்; சிந்தாமணி: விரும்பிய அனைத்தையும் கொடுக்கவல்ல தெய்வமணி.) தமிழ் இலக்கியம், இந்துப் புராணங்கள் முதலானவற்றிலிருந்து திரட்டிய செய்திகளையே அவர் களஞ்சியமாக்க முயன்றார். இதற்கு அவர் முன்மாதிரியாகக் கொண்டது சி. கோபாலராயர், எனமண்டரம் வெங்கடராமையர் ஆகியோர் சமஸ்கிருதத்தில்

தொகுத்த 'புராணநாம சந்திரிகை' என்பதே. இதனை வழிகாட்டியாகக் கொண்டு 'புராண நாமாவலி' என்ற பெயர் சூட்டி ஒரு நூலை எழுதத் தொடங்கினார். அதில் அவருக்கு நிறைவு ஏற்படவில்லை. மேலும் பல நூல்களை ஆராய்ந்து விரிவாக எழுதலானார். விளையாட்டாகத் தொடங்கியது 'வேறு பொழுதுபோக்காக் கொள்ளாது, இதனிடை முயன்று வருந்தி' உழைத்தார். பலர்கூடிச் செய்ய வேண்டிய இப்பணியை 'கலேகபோத நியாயமாக'* இவரே பல இடங்களுக்குச் சென்றும், புராண, இதிகாச, ஸ்மிருதி, ஸ்ருதி, தல புராணங்கள் முதலானவற்றிலிருந்தும் செய்திகளைத் திரட்டினார். மொத்தத்தில் அவர் தயாரித்த களஞ்சியத்தில் அடங்கியவை: 'வேதப் பொருள் விளக்கம், பல மஹா புராணக் கதைகள், ஸ்தல புராணக் கதைகள்; பாரதாதி இதிஹாசங்கள், ஸ்மிருதி விஷயங்கள், பலநாட்டுச் சமய நிச்சயங்கள், பல ஜாதி விஷயங்கள், பரதம், இரத்தினோற்பத்தி, வைத்யம், சோதிடம், விரதம், நிமித்தம், தானம், கனாநிலை, பல சமய அடியராழ்வார்களின் சரிதைகள், பல வித்வான்களின் சரிதைகள், சிவாலய விஷ்ணுவாலய மான்மியங்கள், சூர்ய சந்திர ராக்ஷச இருடிகளின் பரம்பரைகள், சைவ வைஷ்ணவ மாத்வ ஸ்மார்த்த சமய வரலாறுகள், சைவாதீன, பண்டார சந்நதிகளின் மடவரலாறுகள், இந்து தேசம் ஆண்ட புராண அரசர் வரலாறுகள் முதலிய பல அரிய விஷயங்களாம்.' மொத்தத்தில் 'இது ஒரு தத்வ கலாரத்னாகரமாய் மந்திர சாஸ்திரமாயுள்ள அரிய விஷயங்கள் நீங்க மற்றவைகளின் சாரசங்கிரமாகும்.'

இச்செய்திகளையெல்லாம் அப்போதைக்கப்போது 'மறப்பெனுங் கள்வன் வஞ்சியாது' தம் கைப்புத்தகத்தில் குறித்துக்கொண்ட சிங்காரவேலு முதலியார் 'பின்னர்

---

* கலேகபோத நியாயம்: ஒரு புறா ஓரிடத்தில் சேர, அதன் இனமான புறாக்கள் எல்லாம் உடனே அதைப் பின்பற்றி அவ்விடத்தைச் சேர்தல்போல் ஒரு செயல் நிகழ, அதன் இனமான பலவும் உடன் நிகழும் நெறி.

கதையெழுதும் புத்தகத்தில் பதித்து', சில காலம் கழித்து அகராதி வரிசையில் படியெடுத்தார். பொடி எழுத்தில் ஆயிரம் அச்சுப் பக்கங்களுக்கு மேல் அமைந்த ஒரு பெரு நூலைக் கையால் 'சுத்தப் பிரதியாக்கிய பிரயாசை'யின் அருமையை என்னென்பது!

கையெழுத்துப் படியைத் தயாரித்த பின் அதனினும் பெரிய இடர்கள் காத்திருந்தன. நூலை முதலில் 'ஆயிரத்தெண்ணூறு ஆண்டுகட்கு முற்பட்ட தமிழர்' என்ற ஆங்கில நூலை எழுதிய அறிஞர் மல்லாகம் வி. கனகசபைப் பிள்ளைக்குக் காட்டினார் சிங்காரவேலு முதலியார். இது 'அரிய தமிழ்க் கதை அகராதி', இதனை வெளியிட அன்பர்கள் உதவ வேண்டும் என அவர் ஒரு சான்றிதழ் வழங்கினார். பேராசிரியர் சேஷகிரி சாஸ்திரியின் 'இதனையொப்ப நானும் ஒரு நூல் எழுதிக்கொண்டு வருகிறேன்' என்ற பதிலைக் கேட்டு 'அவர் கருத்தென்னோ அறியேன்' என்று விழித்தார் சிங்காரவேலு முதலியார். பின்னர் அதனைப் பச்சையப்பன் அறக்கட்டளை அறங்காவலர் வ. கிருஷ்ணமாசாரியரிடம் காட்டியிருக்கிறார். பல அச்சகத்தாரிடம் உசாவியதில் அதனை வெளியிட மிக அதிகச் செலவு பிடிக்கும் என்று மட்டும் அவர் தெரிவித்தார். முழுவதுமாக நூலை வெளியிட இயலாத நிலையில், இதனைச் சஞ்சிகைகளாக – பகுதிபகுதியாக – வெளியிடலாமென ஓர் அறிக்கையைச் சிங்காரவேலு முதலியார் வெளியிட்டார். இதற்கும் சிலரே கையொப்பம் செய்தனர்.

சோர்வுற்றிருந்த சிங்காரவேலு முதலியாரின் நம்பிக்கை தளிர்விடும்வண்ணம் பொ. பாண்டித்துரைசாமித் தேவரின் கண்ணில் இவ்விளம்பரம் படவும் அவரே நேரில் சென்னைக்கு வந்து சிங்காரவேலு முதலியாரைச் சந்தித்தார். நூலை மதுரைத் தமிழ்ச் சங்க அச்சகத்தில் தாமே அச்சிடுவதாக வாங்கிச் சென்று, தக்கவரைக் கொண்டு மீண்டும் நூலை அவர் பிரதி செய்தார். பின்னர் சென்னையில் சிங்காரவேலு முதலியாரின்

மேற்பார்வையிலேயே அச்சிடுவதற்கும் பொருளுதவினார். ஒருவாறாக, 1050 பக்க அளவில், வரிகளுக்கிடையே இடைவெளியில்லாமல் சிறிய பைகா எழுத்தில் 1910இல் 'அபிதான சிந்தாமணி' வெளிவந்தது.

நூல் வெளியான பின்னும் சிங்காரவேலு முதலியார் அமைதியாகி விடவில்லை. முதல் பதிப்பில் விடுபட்ட செய்திகளையெல்லாம் சேர்த்து இரண்டாம் பதிப்பைத் தயாரிக்க முயன்றார். அதன் முதல் ஆயிரம் பக்கங்கள் வரை மெய்ப்புத் தாள்களை அவரே திருத்தினார். இடையிடையில் நோயுற்று நவம்பர் 1931இல் காலமானார். அதன் பிறகு அவருடைய மைந்தரும் தபால்துறை அதிகாரியுமான ஆ. சிவப்பிரகாச முதலியார் நூல் அச்சாக்கத்தை மேற்பார்த்து 1934 ஜனவரியில் இரண்டாம் பதிப்பு (1650 பக்கம்) வெளிவந்தது. வெளியிட்டவர்கள் சி. குமாரசாமி நாயுடு அண்டு சன்ஸ். பல்லாண்டுகளுக்கு இது விற்பனையாகாமல் கிடந்தது என்று அறிய முடிகிறது.

'அபிதான சிந்தாமணி' வெளியான நாற்பதாண்டு களுக்குப் பிறகு 'இருபதாம் நூற்றாண்டின் வளர்ச்சியுற்ற அறிவியல் அதில் இடம்பெறுவது இயலாததேயன்றோ!' என்று 'பேராசிரியர்' க. அன்பழகன் குறிப்பிட்டது அதனைப் பற்றிய ஒரு நவீன மதிப்பீடாகக் கொள்ளலாம். அவர் மேலும் கூறியதுபோல் 'நம்நாட்டு மக்களோ அறிவுத் துறையில் ஈடுபாடின்றி, புராணத் துறையிலேயே புகுந்து கிடந்ததால் களஞ்சியத்தின் அவசியத்தைக்கூட உணர்ந்தபாடில்லை!'[5] அந்த வகையில், இதிகாச புராணங்கள் பற்றிய தமது விமர்சனங்களுக்குப் பெரியார் 'அபிதான சிந்தாமணி'யைக் கருவிநூலாகப் பயன்படுத்தியது பொருத்தமானதே.

1938இல் இந்தி எதிர்ப்புப் போராட்டத்தில் சிறையிலிருந்த போது அண்ணா ஆர்வத்துடன் படித்த நூல் இது. இளம் பருவத்தில் தெ.பொ. மீனாட்சிசுந்தரனாரின் அறிவுப் பசியை இந்த நூலே கிளறிவிட்டது என்பர்.

1980களில் புது தில்லியைச் சேர்ந்த ஏசியன் எஜுகேஷனல் சர்வீசஸ் இதனை ஒளிப்பட முறையில்

அச்சிட்டு, மலிவு விலையில் பல மறுபதிப்புகளை வெளியிட்டது. இதனால் தமிழ்ப் புலமையுலகில் இதன் பயன்பாடு பரவலானது.

பிற முயற்சிகள்

1916ஆம் ஆண்டில் மற்றுமொரு கலைக்களஞ்சிய முயற்சி முன்னெடுக்கப்பட்டிருக்கிறது. புதுக்கோட்டை மகாராஜா கல்லூரிப் பேராசிரியர் எஸ். இராதாகிருஷ்ணையர் ஆலோசனையின்பேரில் பெரும் புரவலரான ஆண்டிப்பட்டி ஜமீன்தார் பெத்தாச்சி செட்டியார் நாலாயிரம் ரூபாய் செலவில் 'தமிழ் நூல் விளக்கம்' எனும் பெயரில் ஒரு கலைக்களஞ்சியத்தை வெளியிட முயன்றிருக்கிறார். இதில் சேது சமஸ்தானப் புலவரும் அறிஞருமான ரா. இராகவையங்கார் முக்கியப் பொறுப்பு வகிப்பார் எனவும் திட்டமிடப்பட்டிருக்கிறது. ஆனால் இத்திட்டம் செயலுக்கு வரவில்லை.[6]

1920களில் பா.வே. மாணிக்க நாயகரும் சுத்தானந்த பாரதியும் இணைந்து ஒரு கலைக்களஞ்சியம் தொகுப்பதாகக் கனவு கண்டிருக்கின்றனர்.[7]

இதே போல், 1933இல் நடந்த தமிழ் அன்பர் மகாநாட்டிலும் 'பல்பொருள் விளக்க நூல்' என்ற பெயரில் ஒரு கலைக்களஞ்சியத்தை வெளியிட வேண்டும் என்ற தீர்மானத்தைக் காங்கிரஸ் கட்சிப் பிரமுகர் சி.என். முத்துரங்க முதலியார் முன்மொழிந்திருக்கிறார். இதுவும் ஈடேறவில்லை.

1930களில் டி.வி. சாம்பசிவம் பிள்ளை தயாரித்த மருத்துவக் களஞ்சியமும் இங்குக் கருதத்தக்கது. A Tamil-English Dictionary of Medicine, Chemistry, Botany and Allied Sciences என்று பெயர் அமைந்திருந்தாலும், ஐந்து பெருந்தொகுதிகளும் 4,000 பக்கங்களும் 80,000 தலைச்சொற்களும் கொண்ட சாம்பசிவம் பிள்ளையின் அகராதியை ஒரு கலைக்களஞ்

சியமாகவே கொள்ளலாம். அனைத்துத் துறைகளையும் அளாவிய திரட்டினைப் பொதுக் கலைக்களஞ்சியம் என்றும், ஒரு பொருள் அல்லது ஒரு துறை சார்ந்ததைச் சிறப்புக் கலைக்களஞ்சியம் என்றும் சுட்டுவர் என்பது மனங்கொள்ளத்தக்கது. 1938இல் முதலிரண்டு தொகுதிகள் வெளிவந்தனவெனினும் சாம்பசிவம் பிள்ளை 1953இல் காலமான பிறகு, இருபது ஆண்டுகள் கழித்தே எஞ்சிய மூன்று தொகுதிகள் அச்சாயின. மருத்துவக் களஞ்சியம் உருவான கதை காவியத்தன்மை மிக்கதொரு துன்பியல் நாடகமாகும்.[8]

எது எப்படியிருப்பினும் தி.சு. அவினாசிலிங்கம் செட்டியாரும் ம.ப. பெரியசாமித் தூரனும் 1940களில் தலைப்படும்வரை கலைக்களஞ்சியம் என்ற அணிகலன் இன்றியே தமிழன்னை காட்சி தந்தாள் என்றே சொல்ல வேண்டும்.

கலைக்களஞ்சியம்

கலைக்களஞ்சியத்தின் வித்து எப்போது இடப்பட்டது?

சட்டமறுப்பு இயக்கத்தின்போது கடலூர் சிறையில் இருந்த காலத்தில் (1932) கலைக்களஞ்சியம் ஒன்றைத் தமிழில் கொண்டுவருவது பற்றி முதன்முதலில் அவினாசிலிங்கம் குறிப்பிட்டதாகப் பழம்பெரும் பத்திரிகையாளர் டி.எஸ். சொக்கலிங்கம் நினைவுகூர்ந்திருக்கிறார்.[9]

1966இல் 'தீபம்' இலக்கிய இதழுக்கு அளித்த நேர்காணலில் பெ. தூரன் வேறொரு செய்தியைக் குறிப்பிடுகிறார்.[10] ஆங்கில என்சைக்ளோபீடியா பிரிட்டானிக்காவைப் பார்க்கும்பொழுதெல்லாம் அப்படியொரு கலைக்களஞ்சியம் தமிழில் வெளியாக வேண்டுமெனக் கல்லூரிக் காலத்திலேயே (1920களின் கடைசியில்) தாம் ஆசைப்பட்டதாகவும், அப்போதே சக மாணவர்களான சி. சுப்பிரமணியம் (பின்னாளில் அமைச்சராக

விளங்கியவர்; பசுமைப் புரட்சியை முன்னெடுத்தவர்), டாக்டர் ல.கி. முத்துசாமி போன்றோரோடு இதைப் பற்றிப் பேசியதாகவும் கூறியிருக்கிறார். மேலும், 1944இல் கோவையில் நடந்த தமிழ் எழுத்தாளர் மாநாட்டில் (1946 என்று தூரன் தவறாக நினைவு கூர்ந்திருக்கிறார்.) அவினாசிலிங்கம் செட்டியாரிடம் தம் உள்ளக்கிடக்கையை வெளியிட்டதாகவும் பதிவு செய்திருக்கிறார். 1947இல் சென்னையில் நடந்த இரண்டாவது தமிழ் எழுத்தாளர் மாநாட்டிலும் தம் தலைமையுரையில் இதைப் பற்றிக் குறிப்பிட்டதோடு, இப்பொறுப்பை அரசாங்கமே ஏற்க வேண்டும் என்றும் கோரிக்கை விடுத்திருக்கிறார். அப்போது சென்னை மாநிலத்தின் கல்வி அமைச்சராக இருந்த அவினாசிலிங்கம், காரில் ஒன்றாகத் திரும்பிக் கொண்டிருந்தபொழுது, 'என்ன தூரன், நீங்களும் மற்றவர்களைப் போலவே எதற்கெடுத்தாலும் அரசாங்கம் பொறுப்பேற்க வேண்டுமென்கிறீர்கள்?' என்று கேட்டிருக்கிறார். காரண காரியங்களைத் தூரன் விளக்கியதும் அவர் இசைவு கிடைப்பதற்கான அறிகுறிகள் தென்பட்டிருக்கின்றன. ஆங்கிலக் கலைக்களஞ்சியத்திலிருந்து தேர்ந்தெடுத்த பத்தாயிரம் பக்கங்களைத் தமிழும் ஆங்கிலமும் தெரிந்த ஐம்பது எழுத்தாளர்களைக் கொண்டு தமிழாக்கி வெளியிடுவதே அப்போதைய எண்ணமாக இருந்திருக்கிறது.* தமிழில் புதியதாகக் கலைக்களஞ்சியம் தயாரிக்கும் திட்டம் இருவருக்குமே இருந்ததாகத் தெரியவில்லை. ஆனால் இந்த வித்திலிருந்தே தமிழுக்காகவே ஒரு கலைக்களஞ்சியம் என்ற ஆலமரம் கிளை பரப்பியது என்பதில் ஐயமில்லை. இதன் தொடர்பில் அவினாசிலிங்கனாரின் சிற்றப்பா டி.ஏ. இராமலிங்கம்

---

* 2007இல் என்சைக்ளோபீடியா பிரிட்டானிக்காவிலிருந்து தேர்ந்தெடுத்த பகுதிகளை 3,500 பக்க அளவில் மூன்று பெருந்தொகுதிகளாகத் தமிழில் மொழிபெயர்த்து 'பிரிட்டானிக்கா தகவல் களஞ்சியம்' என்ற பெயரில் ஆனந்த விகடன் வெளியிட்டது.

செட்டியாரிடமும் பேசி அவருடைய ஆதரவையும் தூரன் பெற்றிருக்கிறார்.

‘இமாலயப் பணி:
ஆனால் நாம் செய்யாவிட்டால் யார் செய்வார்கள்?’

இவ்வளவு பெரிய திட்டத்தில் தலைப்பட்ட இவர் யார்? திருப்பூர் சுப்பிரமணியம் அவினாசிலிங்கம் செட்டியார் (1903–1991) செல்வவளம் மிக்கதொரு வணிகக் குடும்பத்தில் பிறந்தவர். அவருடைய தந்தை தானதருமங்கள் பல செய்தவர். கோவையில் பள்ளிப் படிப்பை முடித்த அவினாசிலிங்கம் சென்னைப் பச்சையப்பன் கல்லூரியில் பட்டம் பெற்றுப் பின்பு சட்டமும் பயின்றார். பின்னாளில் சுவாமி சித்பவானந்தர் என்று பெயர் பெற்ற சின்னு பூர்வாசிரமத்தில் இவருக்கு நண்பர். இருவரும் இராமகிருஷ்ண இயக்கத்தில் ஈடுபாடு கொண்டனர். நைட்டீக பிரமசாரியாக வாழ்ந்த அவினாசிலிங்கம் வழக்குரைஞர் தொழிலில் நாட்டமில்லாமல் அதிலிருந்து விரைவிலேயே விலகினார். ஒத்துழையாமை இயக்கக் காலத்திலேயே விடுதலைப் போராட்டத்தில் ஈடுபாடு கொண்டு 1930, 1932, 1941, 1942 எனப் பல முறை சிறை சென்றார். 1935இல் மத்தியச் சட்டமன்றத் தேர்தலில் ஆர்.கே. சண்முகம் செட்டியாரை வென்றார். 1946இல் பிரகாசம் அமைச்சரவையில் கல்வி அமைச்சராக விளங்கினார். தமிழாசிரியர்களுக்குப் பிற ஆசிரியர்களுக்கு நிகரான ஊதியத்தையும் அந்தஸ்தையும் பெற்றுத் தந்தவர் இவரே. 1952 தேர்தலில் வென்று நாடாளுமன்ற உறுப்பினருமானார். கோவையில் பெண்களுக்கென இவர் உருவாக்கிய மனையியல் கல்லூரி இன்று நிகர்நிலைப் பல்கலைக்கழகமாக விளங்குகின்றது. எடுத்த வினையைத் திறம்பட நடத்திக்காட்டும் திட்பம் கொண்ட அவினாசிலிங்கம் நாணயத்துக்கும் கண்டிப்புக்கும் பேர்பெற்றவர்.

கலைக்களஞ்சியம் வெளியிடுவதற்கெனவே தமிழ் வளர்ச்சிக் கழகம் என்றொரு அமைப்பைச் சங்கப் பதிவுச் சட்டத்தின்கீழ் 1946இல் அவினாசிலிங்கம் உருவாக்கினார். ஆங்கிலத்தில் *Tamil Academy* என்று பெயர் சூட்டினார். (இதன்மூலம் சிறந்த நூல்களுக்கான பரிசுகள் ஆண்டுதோறும் வழங்கப்பட்டதும் வேறு.) 1947 விடுதலை நாள் அன்று அவினாசிலிங்கம் கலைக்களஞ்சிய வெளியீடு பற்றி ஓர் அறிக்கை வெளிட்டார். (அவ்வறிக்கையைக் கண்டெடுக்க இயலவில்லை.)

கலைக்களஞ்சியத்தின் முதல் தொகுதி ஜய வருடத் தமிழ்ப் புத்தாண்டில் (ஏப்ரல் 1954) வெளியானபொழுது இதனைப் பற்றி அவினாசிலிங்கம் நினைவுகூர்ந்தார். நாடு விடுதலை பெற்ற தருணத்தில்,

> மக்கள் உள்ளத்தில் பொங்கி எழுந்த இந்த உற்சாக வெள்ளத்தைச் செயல் என்ற வாய்க்கால் வழியே கரைகோலிச் செலுத்தினால் நற்பயன் விளையும் என்ற எண்ணம் எனக்குத் தோன்றிற்று. இந்த மேலான சந்தர்ப்பத்தில் கலைக்களஞ் சியம் ஒன்றை ஆக்கும் அரிய வேலையில் நாம் ஈடுபட வேண்டும் என்ற அறிக்கை ஒன்றைத் தமிழ் வளர்ச்சிக் கழகத்தின் சார்பில் சுதந்திர தினத்துக்கு முந்தின நாள் வெளியிட்டிருந்தேன்.[11]

கலைக்களஞ்சியத்தின் தேவை, நோக்கம் ஆகியன பற்றியும் அம்முகவுரையில் அவர் விளக்கியிருந்தார்.

> தமிழ் மொழி மிகவும் பழமையானது ... எனினும் இச்சிறப்புக்களுடன் தற்கால வாழ்க்கைக்குரிய பிற கலைச் செல்வங்களும் தமிழிற்கு இன்றியமை யாத தேவையாகும் ... இவ்வுயர்ந்த அறிவு பெற உதவியாயிருக்கக் கலைக்களஞ்சியம் ஒன்று வெளிவர வேண்டும் என்பது தமிழ்

> அறிஞர்களின் நெடுநாளைய அவா. ஆனால், இது வெளிவருவதற்கு அவசியமான ஏராளமான தொகையும், இந்த வேலையின் மகத்தான தன்மையும் கடக்க முடியாத மலைகள் போலத் தோன்றி இப்பணியை நடைபெறவொட்டாமல் தடுத்தன ... கலைக்களஞ்சிய வெளியீடு தனிப்பட்டவர்களோ தனிச் சங்கங்களோ மேற்கொள்வதற்கு இயலாததென்றும், அரசாங்கம் (அ) பல்கலைக்கழகந்தான் மேற்கொள்வதற்குரியதென்றும் கருதப்பட்டு, இதைச் செய்யும் முயற்சிகள் கைவிடப்பட்டன.[12]

இத்தகைய தடைகள் பல முன்னின்றாலும் அவினாசிலிங்கம் எண்ணித் துணிந்தார். அவர் வெளியிட்ட அறிக்கைக்கு நல்ல வரவேற்பு இருந்தது. கல்வி வள்ளல் அழகப்ப செட்டியார் முதல் கொடையாகப் பத்தாயிரம் ரூபாய் வழங்கினார். அவினாசிலிங்கம் செட்டியார் தாமே இரண்டாயிரம் ரூபாய் வழங்கினார். ராஜா சர் அண்ணாமலை செட்டியார், சிவகங்கை மன்னர், கருமுத்து தியாகராச செட்டியார், புதுக்கோட்டை மன்னர், எட்டயபுரம் ஜமீன்தார், திருவாவடுதுறை, தருமபுரம், திருப்பனந்தாள், காஞ்சி காமகோடி மடங்களும் கொடை வழங்கின. எழுத்தாளர் கல்கி, 'ஆனந்த விகடன்' எஸ்.எஸ். வாசன், ஏ.வி. மெய்யப்ப செட்டியார் ஆகியோரும் நிதி வழங்கினர். 1948 மார்ச் 31 வரை ரூ. 1,12,563–4–0* நிதி சேர்ந்தது. அடுத்தடுத்த ஆண்டுகளில் சேர்ந்த நிதியை அட்டவணை 1 காட்டுகிறது.

---

* இது ரூபாய், அணா, பைசாவைக் குறிக்கும். ஒரு ரூபாயில் பதினாறு அணா அல்லது 192 பைசா அடங்கும். ஓர் அணா என்பது பன்னிரெண்டு பைசா கொண்டது. 1957இல்தான் இன்றைய நடைமுறையிலிருக்கும் பதின்ம முறை அறிமுகமானது. பழைய காசையும் புதுக் காசையும் வேறுபடுத்த புதுக் காசு நயா (புது) பைசா எனப்பட்டது.

அட்டவணை 1

நன்கொடை வரவு

ஆண்டு	ரூபாய்
1949-50	9,009
1950-51	10,285
1951-52	6,367
1952-53	5,813
1953-54	6,920
1954-55	14,069

சான்று: களஞ்சிய நிதிப் பேரேடு, தமிழ் வளர்ச்சிக் கழகம்

கலைக்களஞ்சிய யானைக்கு இத்தொகை சோளப் பொரியாகும். திட்டமிட்ட தொகையான பதினெட்டு லட்சத்துக்குப் பத்தில் ஒரு பங்குகூட இது இல்லை. இந்த நிலையில்தான் அரசாங்கத்தின் நல்கை நாடப்பட்டது. அவினாசிலிங்கம் சென்னை மாநிலத்தின் கல்வி அமைச்சராயினும்கூட இது எளிதில் சாத்தியப்படவில்லை. முதல் காரணம், அன்றைய அரசின் ஆண்டு வரவுசெலவே அறுபது கோடி ரூபாய்தான். மேலும், மொழிவாரி மாநிலங்கள் அமைந்திராத அன்றைய சென்னை மாநிலத்தில் தமிழ் மட்டுமன்றித் தெலுங்கு, கன்னடம், மலையாளம் ஆகிய மொழி பேசுவோரும் கணிசமாக இருந்தனர். எனவே, ஒரு மொழியின் வளர்ச்சிக்கு மட்டும் அரசாங்கம் நிதி நல்குவது ஓரவஞ்சனையாகவே கருதப்படும். இந்நிலையில், அவினாசிலிங்கம் தெலுங்குப் பிரமுகர்கள் சிலரை, நிதி அமைச்சர் பெஜவாடா கோபால் ரெட்டியின் தலைமையில் கூட்டி, தெலுங்கு பாஷா சமிதி என்றவொரு அமைப்பை ஏற்படுத்தவைத்து, அதன்மூலம் தெலுங்கு மொழியிலும் கலைக்களஞ்சியம் உருவாக்கும் திட்டத்தை

முன்வைக்கச் செய்தார். (இத்திட்டம் நிறைவேறியதாகத் தெரியவில்லை.)

இம்முறை திட்ட வேண்டுகை பத்து லட்சம் ரூபாயாகக் குறைக்கப்பட்டது. சென்னை அரசாங்கம் அதில் பாதியை ஆண்டுக்கு ஒரு லட்சம் என்ற தவணையில் தர முன்வந்தது. விடுதலை பெற்ற இந்திய அரசின் முதல் நிதி அமைச்சராக விளங்கியவர் ஆர்.கே. சண்முகம் செட்டியார். அவரை நேரில் கண்டு, மூன்று லட்சம் ரூபாயை நான்கு தவணைகளாகப் பெற ஒப்புதல் பெற்றார் அவினாசிலிங்கம். ஆனால் தொகையைப் பெறுவது எளிதாக இல்லை. அதைப் பின்னர்க் காண்போம்.

பணி தொடங்கியது

நிதி திரட்டுவதில் இடர் மிகுந்த நிலை யிலும் களஞ்சியப் பணி தொடங்கியது. 1947 விஜயதசமி நன்னாளில் களஞ்சியப் பணிக்குக் கால்கோளிடப்பட்டது. சென்னைப் பல்கலைக்கழகத் துணைவேந்தர் ஆ. லட்சுமணசாமி முதலியாரின் ஆதரவில் கலைக்களஞ்சிய அலுவலகம் பல்கலைக்கழக வளாகத்திலேயே, அதன் கடிகாரத் தூண் கட்டிடத்தில், அமைந்தது. (இப்பொழுதும் அதே கட்டடத்தில் வேறோர் அறையில் தமிழ் வளர்ச்சிக் கழகம் எளிய முறையில் இயங்கிவருகிறது.)

முதலில் பொ. திரிகூடசுந்தரம் பிள்ளை (1891–1969) துணையாசிரியர் என்ற பதவியில் அமர்த்தப்பட்டார். கலைக்களஞ்சியத்தின் ஈற்றயல் தொகுதி அணியமான 1962 வரை பணியாற்றிய திரிகூடசுந்தரம் பிள்ளை காங்கிரஸ் இயக்கத்தவர், இதழாளர், பன்னூலாசிரியர், காந்தியின் தமிழ் 'ஹரிஜன்' இதழின் ஆசிரியர், பழுத்த அனுபவமுள்ளவர். ஆனால் 'அவர் தமிழ் மட்டும்தான் படித்தவர். விஞ்ஞானமும் கணிதமும் படித்த ஒருவர்

இருந்தால் நல்லது' என்று அவினாசிலிங்கம் கருதினார்.[13] எனவே தலைமைப் பதிப்பாசிரியருக்கான வேட்டை தொடங்கியது.

எழுத்தாளரும் இந்திய ஆட்சிப் பணி அலுவலரும் நீதிபதியுமான தொ.மு. பாஸ்கரத் தொண்டைமான் பெயரே முதலில் அடிபட்டிருக்கிறது. ஆனால் அவினாசிலிங்கம் செட்டியாரை இதன் தொடர்பில் அவர் சந்தித்தபொழுது சம்பளத்தைப் பற்றி மட்டுமே அவர் நேரிடையாகப் பேசியது எவர்க்கும் உவப்பளிக்கவில்லை.[14] இந்நிலையில் 'வெண்ணெயை வைத்துக்கொண்டு நெய்க்கு அலைவானேன். உங்கள் பெரியசாமியைக் கூப்பிடுங்கள்' என்று கல்கி கூறியதன்பேரில், தாம் நிர்வகித்துவந்த கோவை பெரியநாயக்கன்பாளையம் இராமகிருஷ்ண வித்தியாலயத்தில் தலைமையாசிரியராக இருந்த மஞ்சக்காட்டுவலசு பழனிவேலப்ப பெரியசாமித் தூரனை (1908–1987) அழைத்தார் அவினாசிலிங்கம்.[15] கலைக்களஞ்சியப் பணி தொடங்கிய பத்து மாதங்களுக்குப் பிறகு, ஆகஸ்டு 1948இல் *Chief Editor* என்ற பொருளில் அமைந்த 'பிரதம ஆசிரியர்' என்ற பதவி தூரனுக்கு வழங்கப்பட்டது.

கல்கியின் பரிந்துரை ஒருபுறமிருக்கத் தூரனின் தேர்வு ஒருவகையில் வியப்புக்குரியதே. 1948இல் அவருக்கு நாற்பது வயதுதான். மாநிலக் கல்லூரியில் கணிதத்தில் இளங்கலை படித்தவர். வனமலர் சங்கம் என்ற அமைப்பைக் கல்லூரியில் ஏற்படுத்தியவர்; 'பித்தன்' என்ற இதழைக் கல்லூரி மாணவப் பருவத்தில் நடத்தியவர்; பின்னர் 'காலச்சக்கரம்' என்ற இதழையும் ஒன்றரை ஆண்டுக் காலம் நடத்தியிருந்தார். எல்.டி. என்ற ஆசிரியப் பட்டயப் படிப்புப் படித்து ஆசிரியரானவர். பாரதியின் மீது ஈடுபாடு கொண்டு, இளவயதிலேயே 'சுதேசமித்திரன்' அலுவலகம் சென்று, அதன் பழைய கோப்புகளைப் பார்வையிட்டு, பாரதியின் சிதறிக் கிடந்த எழுத்துகளைத் திரட்டியவர். (இது 1956இல் 'பாரதி தமிழ்' என்ற பெயரில் நூலாக்கம் பெற்றது.) பல இசைப் பாடல்களையும் கவிதைகளையும்

கதைகளையும் சிறார் இலக்கியத்தையும் இயற்றியவர். இருப்பினும் ஒரு கலைக்களஞ்சியத்தை உருவாக்கும் ஆற்றல் உண்டு என்பதை முன்னுணர்த்தும் எந்தப் பண்பும் இவற்றில் தென்பட வாய்ப்பில்லை. இத்தேர்வில் அவினாசிலிங்கனாரின் கூர்த்த மதியும், இதனை இதனால் இவன் முடிக்கும் என்றாயும் திறமும் வெளிப்படுகிறது எனலாம்.

'பல தகுதிகளுடையவராயினும் [முதிர்ந்த] வயதின் காரணமாகவே பொ. திரிகூடசுந்தரம் பிள்ளை இரண்டாம் நிலையில் அமர்த்தப்பட்டார் என்றும், இதை அவருக்குத் 'தெளிவாக முன்கூட்டியே அறிவித்துவிட்டார்கள்'[16] என்றாலும் தன்னைவிடப் பதினேழு வயது இளையவரான தூரனின்கீழ் பணியாற்றுவதைத் திரிகூடசுந்தரம் பிள்ளை முழுமனத்தோடு ஒப்பினர் என்று சொல்வதற்கில்லை. இதன் விளைவாகவோ என்னவோ 'துணையாசிரியர்' என்ற பதவி 'கூட்டாசிரியர்' என்று உயர்த்தப்பட்டது. இருப்பினும் இருவருக்குமிடையே புகைச்சல் நிலவியது என்று அறிய முடிகிறது.[17] 'பொ. திரிகூடசுந்தரம் பிள்ளை, ப.மு. சோமசுந்தரம் என்ற அறிஞர்களும் மனமுவந்து பணியாற்றினார்கள். என்றாலும் மனத்தளவில் அவர்கள் முழு ஈடுபாட்டுடன் செயல்படாத சூழலும் இருந்தது. தனிமனித முரண்களும் தன்னுணர்வும் இருந்தன' என்று கலைக்களஞ்சிய உருவாக்கத்தின் கடைசிக் கட்டத்தில் பணியாற்றிய ஐ.கே. சுப்பிரமணியன் நயமாகக் குறிப்புணர்த்துவது இங்கு நினைவில் கொள்ளத்தக்கது.[18]

அடுத்த சில ஆண்டுகளில் குறைந்தது மூன்று உதவி ஆசிரியர்கள், மூன்று எழுத்தர்கள், தலைமை ஆசிரியருக்கு உதவியாளர் ஒருவர், மூன்று பிழைதிருத்துநர், ஓவியர் ஒருவர், ஒரு கணக்காளர் ஆகியோர் அமர்த்தப்பட்டனர். ஒரு கட்டத்தில் ஐம்பது பேர் வேலை செய்ததாகச் சொல்லப்படுகிறது. கிடைக்கும் சம்பளப் பட்டிப் பேரேடு இதனை உறுதி செய்யவில்லை. உதவி ஆசிரியர்களின் பணி மிக முக்கியமானதாக இருந்திருக்கிறது. அவர்களுடைய

பணியை மேற்பார்ப்பதே தூரன், திரிகூடசுந்தரம் பிள்ளை ஆகியோரின் முதன்மை வேலையாக இருந்திருக்கிறது.[19]

கலைக்களஞ்சிய அலுவலகத்தின் மும்முரமான இயக்கத்தைப் பற்றி அக்காலத்தில் பணியாற்றிய ஐ.கே. சுப்பிரமணியன் பதிவு இங்கு எண்ணத்தக்கது. 'தட்டச்சு இயந்திரங்கள் ஒரு புறம் இயங்கிக்கொண்டே இருக்கும். பார்ப்பதற்கு ஒரு பெரிய தொழிற்கூடத் தோற்றம் அங்கு இருந்தது' என்றும், 'ஒரு பெரிய நாளோலக்கம் எனச் சொல்லும் அளவு அலுவலகம் சுறுசுறுப்பாக இயங்கிக்கொண்டிருக்கும்' என்றும் அவர் சுட்டுகிறார்.[20]

இரண்டாண்டுக் காலம் (1951–53) உதவியாசிரியராகப் பணியாற்றிய ந. சுப்ரமண்யன் (1915–2013) பகிரும் செய்திகள் முக்கியமானவை. வி.கோ. சூரியநாராயண சாஸ்திரியின் தலைமாணாக்கர்களில் ஒருவரான ந. பலராம ஐயரின் மகன் இவர். தமிழில் வித்வான் பட்டம் பெற்றவர். வரலாற்றில் முதுகலையும் பின்னாளில் முனைவர் பட்டமும் பெற்று வரலாற்றாசிரியராகப் புகழ் பெற்றவர். *Sangam Polity* (தமிழில் 'சங்க கால வாழ்வியல்' என்று வெளியானது) இவர் எழுதிய முக்கிய நூல். தமிழ், ஆங்கிலம் இரண்டிலும் வல்லவர். இவர் குறிப்பிடும் ஊழியர்கள் வருமாறு: உதவிப் பதிப்பாளர் ப.மு. சோமசுந்தரம் பிள்ளை தமிழ், கன்னடம், தெலுங்கு அறிந்தவர் (இவர் பணி மிக முக்கியமாக இருந்ததாகத் தூரன் குறித்துள்ளார்[21]); தாவரவியலும் விலங்கியலும் கற்றவர். மற்றோர் உதவியாசிரியர் நா.கி. நாகராசன்; இயற்பியல், வேதியியல், கணிதம் ஆகிய துறைக் கட்டுரைகளை மேற்பார்க்கும் பொறுப்பு இவருக்கு. வரலாறு, பொருளியல், புவியியல், அரசியல் ந. சுப்ரமண்யன் பொறுப்பு. சிறுவை மோகனசுந்தரம் பிழைதிருத்துவதில் பேர் பெற்றவர். ஓ.இரா. கிருட்டினசாமி, ஜ. இராஜூ முதலியார் ஆகியோர் பெயரும் உதவிப் பதிப்பாசிரியர்களாகச் சம்பளப் பட்டியில் காணப்படுகின்றது. பு.மு. இரத்னசபாபதி முதலியார் ஓவியர். கே. மதுரை முதலியார் என்றொரு பிழைதிருத்துநர் பேரும் உள்ளது.

பணியில் சேர்ந்தபொழுது 350 ரூபாய் மாதச் சம்பளம்[22] வாங்கிய தூரன் 1956இல் பெற்றது 450 ரூபாய். ரூ. 475 (1957–58), ரூ. 525 (1959); ரூ. 575 (1960) என அடுத்தடுத்துச் சம்பளம் உயர்ந்துள்ளது. பொ. திரிகூடசுந்தரம் ரூ. 365 (1956); ரூ. 380 (1957); ரூ. 410 (1959); ரூ. 440 (1960) பெற்றுள்ளார். இதே காலப்பகுதியில் ப.மு. சோமசுந்தரம் பிள்ளை ரூ. 250 முதல் 350 வரை பெற்றிருக்கிறார். ஓவியர், பிழைத்திருத்துநர் சம்பளம் ரூ. 132இலிருந்து ரூ. 170 வரை இருந்திருக்கிறது. (முழுச் சம்பளப் பட்டியலை அட்டவணை 2இல் காண்க.) 1951இல் பணியில் சேர்ந்த ந. சுப்ரமண்யன் ரூ. 182–4–0 பெற்றிருக்கிறார். 'அந்தக் கால் ரூபாய் எதற்கு என்று இன்றுவரை புரியவில்லை' என்று பின்னாளில் தம் சுயசரிதையில் அவர் எழுதியிருக்கிறார்.[23*]

ஆசிரியப் பணி முதலான ஒத்த பணிகளோடு ஒப்பிடக் களஞ்சியச் சம்பளம் குறைவு. பண விவகாரங்களில் கெடுபிடிமிக்கவரான அவினாசிலிங்கம் கூடுதல் சம்பளம் கொடுப்பதால் ஊழியர்கள் சிறப்பாகப் பணிசெய்வார்கள் என்று நம்பவில்லை.[24] சம்பளம் காரணமாகவே இரண்டாண்டுகளில் ந. சுப்ரமண்யன் கல்லூரிப் பணிக்குச் சென்றுவிட்டார். ஓய்வூதியம் பெற்றுவந்த ப.மு. சோமசுந்தரம் பிள்ளை குறைந்த சம்பளமாயினும் மனக்குறைவின்றிக் களஞ்சியப் பணியில் ஈடுபட்டார் என்று தூரன் பதிந்திருக்கிறார். 'கலைக்களஞ்சியத்திலே பணி செய்தவர்கள் பெரும்பாலோர் ஊதியம் கருதி உழைத்தவர்கள் அல்ல' என்றாலும் 'ஒரு சில நல்ல ஊழியர்கள் அதிகம் சம்பளம் கிடைக்குமிடத்திற்குச் சென்றுவிட்டார்கள்' என்றும் தூரன் குறிப்பிடுகிறார். இதன் விளைவாகப் புதிதாக நியமனம் செய்தவர்களை எல்லாம் மீண்டும் பயிற்றுவிக்கும் வேலையும் தூரனுக்குச் சேர்ந்துகொண்டது.[25] தாமே சம்பளம் வாங்கும் ஊழியராக இருந்த நிலையில் கூடுதல் சம்பளத்தைப் பற்றிப் பேசினால்

---

* அதிலும் வருவாய் முத்திரைத் தலைக்காக ஓரணா கழித்துக் கொள்ளப்படுமாம்.

அட்டவணை 2

கலைக்களஞ்சிய ஊழியரும் மாதச் சம்பளமும்

பெயர்	1956	1957	1958	1959	1960	1961	1962	1963
ம.ப. பெரியசாமித் தூரன், பிரதம ஆசிரியர்	450	475	475	525	635	660	685	685
பொ. திரிகூடசுந்தரம் பிள்ளை, கூட்டாசிரியர்	365	380	410	440	495	510	525	-
ப.மு. சோமசுந்தரம் பிள்ளை, துணை ஆசிரியர்	250	265	295	325	379.25	396.87	414.50	-
ஓ.இரா. கிருட்டினசாமி, துணை ஆசிரியர்	190	200	220	240	303	332.37	-	-
ஜ. இராஜூ முதலியார், துணை ஆசிரியர்	160	170	190	200	200	210	220	-
பு.மு. ரத்னசபாபதி முதலியார், ஓவியர்	132-8-0	140	155	170	198.85	-	-	-
எஸ்.ஆர். இராமமூர்த்தி, எழுத்தர்	48	51	57	84	103.50	113	122.50	124.50

பெயர்	1956	1957	1958	1959	1960	1961	1962	1963
இ. துரைக்கண்ணு, ஓட்டுநர்	61	64	67	70	80	85	90	93
ஆர். பார்த்தசாரதி, உதவியாளர்	40	41	50	72	76	69.50	75.50	76.50
சிறுவை மோகனசுந்தரம், பிழைதிருத்துநர்	132-8-0	140	155	170	177.50	-	192.50	192.50
கு. மதுரை முதலியார், பிழைதிருத்துநர்	157-8-0	165	180	195	187.50	185	202.50	-
டி. வஜ்ரவேலு, எழுத்தர்	48	51	57	81	110.50	120	129.50	131.50
எஸ். சுந்தரேசன், பிரதம ஆசிரியருக்கு உதவியாளர்	-	-	155	175	195	195	205	205
என். வேதாசலம், எழுத்தர்	-	-	48	48	51	75	113.50	115.50
டி.வி. கமலக்கண்ணன், கணக்காளர்	-	-	-	-	147	147.50	160	165

சான்று: *PF / Welfare A/c Notebook, Tamil Academy, April 1956-March 1960*

Acquittance Roll, Tamil Academy, October 1958-October 1963

குறிப்பு: *1960வரையான தொகை அடிப்படைச் சம்பளத்தை மட்டும் குறிக்கும்; 1961–1963 ஆண்டுக்கானவை மொத்தச் சம்பளத்தைக் குறிக்கும்.*

அது தன்னலமாகக் கருதப்பட்டுவிடுமோ என்ற தயக்கம் அவினாசிலிங்கனாரிடம் இது பற்றிக் கேட்கும் துணிச்சலை இல்லாமலாக்கிவிட்டது என்று பின்னாளில் தூரன் கழிவிரக்கம் கொள்ளும் நிலை ஏற்பட்டது.[26]

இந்நிலையில் 700 ரூபாய் மாதச் சம்பளத்தில் அகில இந்திய வானொலியில் தூரனுக்கு வேலை கிடைத்தது. ஆனால் களஞ்சியப் பணிக்குத் தம்மை ஒப்புக்கொடுத்த தூரன் இதனை ஏற்கவில்லை.[27] வருவாய்க் குறைவை ஈடுகட்ட வானொலி, பத்திரிகை ஆகியவற்றில் பங்குபற்றிச் சிறிது கூடுதல் ஊதியம் பெற்றதால் தூரன் குற்றவுணர்வுக்கு ஆளானார்.

நிர்வாக அமைப்பு

தமிழ் வளர்ச்சிக் கழகம் பதிவு பெற்ற சங்கமாதலால் அதற்குப் பொதுக் குழு உண்டு. இதில் ஐம்பதுக்கு மேற்பட்ட உறுப்பினர்கள் இருந்திருக்கிறார்கள். கழகத்தின் செயல்பாடுகள் செயற்குழுவின் மேற்பார்வையில் நடை பெற்றன. அவினாசிலிங்கம் தலைமையேற்ற இக்குழுவில் சி. சுப்பிரமணியம், பேராசிரியர் கே. சுவாமிநாதன், எம். பக்தவத்சலம், ஓமந்தூர் இராமசாமி ரெட்டியார், நா.ம.ரா. சுப்பராமன், மு.வ. முதலானோர் உறுப்பியம் வகித்திருக்கிறார்கள். 'குமுதம்' இதழின் ஆசிரியர் எஸ்.ஏ.பி. அண்ணாமலை எந்தத் தகுதியின் பேரில் இத்தகையதொரு குழுவில் இடம்பிடித்தார் எனப் புலப்படவில்லை. இக்குழுவின்கீழ் பொறுப்பாளர் குழு இருந்திருக்கிறது.

கலைக்களஞ்சியத்தை மேற்பார்ப்பதற்கெனத் தனியே கலைக்களஞ்சியச் செயற்குழு இருந்துள்ளது. கழகப் பொறுப்பாளர், குழு உறுப்பினர்களைத் தவிரச் சென்னைப் பல்கலைக்கழகத் துணைவேந்தர் ஆர்க்காடு லட்சுமணசாமி முதலியார், தெ.பொ. மீனாட்சிசுந்தரனார் ஆகியோரும் இருந்துள்ளனர். தலைமைப் பதிப்பாசிரியர் என்ற முறையில் அனைத்துக் குழுக்களிலும் தூரன் பங்குபற்றியிருக்கிறார்.

ஒவ்வொரு அறிவுத் துறைக்கும் (உயிரியல், இயற்பியல், வேதியியல், மருத்துவம், வேளாண்மை, பொருளியல், நுண்கலை முதலானவை) தனித்தனிக் குழுக்கள் அமைக்கப் பட்டன. அவை கலைக்களஞ்சியத்தில் இடம்பெற வேண்டிய தலைச்சொற்களைப் பரிந்துரைத்தன. இவற்றை மேற்பார்க்கவும் மேலாய்வுக் குழுக்கள் இருந்தன. இக்குழுக்களின் உறுப்பினர்களாக அக்காலத் தமிழகத்தின் அறிவாளர்கள் ஏறத்தாழ எந்த விலக்குமின்றி இடம் பெற்றிருப்பதைக் காண முடிகிறது. வெவ்வேறு அறிவுத் துறைகளுக்கிடையே விகிதாசாரச் சமநிலையினைப் பேணுவது தலைமைப் பதிப்பாசிரியர் பொறுப்பு.

தலைச்சொற்களுக்கான அட்டைகள் இன்று கிடைக்க வில்லை. எனினும் அவை பெரிய பேரேடுகளிலும் பதியப்பட்டன. அவற்றைப் பத்தாண்டுகளின் முன் (2004) பார்வையிடும் வாய்ப்பு எனக்குக் கிட்டியது. ஒவ்வொரு துறைக்கும் தனிப்பட்டியல் ஆங்கிலத்திலும் அதற்கு இனமான தமிழ்ப் பட்டியலும் இருந்ததைக் காண முடிந்தது. என்சைக்ளோபீடியா பிரிட்டானிக்காவே முன்மாதிரியாகக் கொள்ளப்பட்டிருந்தது வெளிப்படை.

கலைச்சொல்லாக்கம்

நவீன அறிவியல் ஞானத்தைத் தமிழில் வழங்குவதே கலைக்களஞ்சியத்தின் முதன்மை நோக்கம் என்ற முறையில் அறிவியல் கலைச்சொற்களைத் தமிழில் எவ்வாறு உருவாக்குவது என்பதே முதல் பெரும் அறைகூவலாக இருந்தது. கலைக்களஞ்சியத் திட்டம் முகிழ்த்த காலப் பகுதியில்தான் கலைச்சொல்லாக்கம் பற்றிய ஒரு பெரிய விவாதம் நடந்து ஓய்ந்திருந்தது.[28] பிற இந்திய மொழிகள் சமஸ்கிருத வேர்களையும் ஆங்கிலச் சொற்களையும் கைக்கொள்ள முடிவுசெய்தபோது தமிழ் அறிவுலகம் இதனை மறுதலித்துத் தமிழ் வேர்ச்சொற்களைக் கொண்டே கலைச்சொற்களை ஆக்க வேண்டும் என்று நிறுவியது. இந்த விவாதத்தில் அவினாசிலிங்கம் செட்டியார் வடமொழிப்

பற்றுடையவர் எனக் கருதிப் பல தமிழறிஞர்கள் அவரைக் கடுமையாகச் சாடியிருந்தனர். மறைமலையடிகளின் தனித்தமிழ் நடையில் மயங்கி அவருடைய முல்லைப்பாட்டு ஆராய்ச்சியுரையை மனப்பாடமாக அறிந்தவராயினும் அந்நடை கலைக்களஞ்சியத்திற்குப் பொருந்தாது என்று தூரன் கருதினார்.[29] ஆயினும், தமிழுலகம் ஏற்றுக்கொண்டுவிட்ட நெறிகளைத் தமிழ்க் கலைக்களஞ்சியம் கைக்கொள்ள வேண்டிய கட்டாயம் இருந்தது. இதைப் பற்றிக் கலைக்களஞ்சியத்தின் முதல் தொகுதியின் முன்னுரை பின்வருமாறு விளக்கியது.

> வேலையைத் தொடங்கிய பிறகுதான் ஏற்றுக் கொண்ட பணி எவ்வளவு பெரியது என்பது விளங்கிற்று. இதுவரை தமிழில் இல்லாத, நினைக்காத பொருள்களைப் பற்றி இன்று தெளிவாகத் தமிழில் எழுத வேண்டும். முன் தமிழில் வழங்காததால் அப்பொருள்களைப் பற்றிய சொற்கள் தமிழில் இரா என்பது வெளிப்படை. எனவே அவைகளை எப்படிச் சொல்வது என்பது முதற் சிக்கலாக இருந்தது. மற்ற மொழிகளில் இந்தச் சிக்கலை எவ்வாறு நீக்கியிருக்கிறார்கள் என்று ஆராய்ந்து பார்த்ததில், அவசியமான கலைச்சொற்களை வேற்று மொழிகளிலிருந்து அப்படியே தங்கள் மொழிகளில் சேர்த்துக்கொண்டிருக்கிறார்கள் என்பது விளங்கியது. மத்திய சர்க்கார் கூட்டிய கல்வி அமைச்சர்கள், பல்கலைக்கழகத் துணைவேந்தர்கள் அடங்கிய மாநாட்டிலும் அவ்வம்மொழியினர் தத்தம் மொழியின் தன்மைக்கேற்ற மாறுதலுடன் இக்கலைச் சொற்களை எடுத்தாளுதல்தான் ஏற்றது என்று முடிவு செய்தனர். தவிர, விஞ்ஞானம், உயர் கணிதம், ரசாயனம், பொறியியல் முதலிய சாஸ்திரங்கள் பல குறியீடுகளை ஆண்டு

வந்திருக்கின்றன. ஆங்கில எழுத்துக்கள் 26 தவிர, தீட்டா (θ) முதலிய குறியீடுகள் சில கருத்துக்களைக் குறிக்க ஆளப்பட்டு வந்துள்ளன. அக்கருத்துக்கள் தமிழ் மொழியில் இல்லாமையால் அக்குறியீடுகளும் தமிழில் இல்லை. ஆனால் தற்கால வாழ்க்கைக்குரிய விஞ்ஞான அறிவு பெற இக்காலத்தில் அக்குறியீடுகள் அவசியமாயிருக்கின்றன. எனினும் அறிஞர்களின் உதவியைக் கொண்டு, கலைச்சொற்கள் தமிழில் ஏராளமாக ஆக்கப்பட்டிருக்கின்றன. இன்றியமையாத சந்தர்ப்பங்களில் மட்டுமே பிறமொழிக் கலைச்சொற்களும் குறியீடுகளும் கலைக்களஞ் சியத்தில் பயன்படுத்தப்பட்டிருக்கின்றன. நம் தமிழ் பல ஆயிரம் ஆண்டுகளுக்கு முன்பே நிறைவுடன் தோன்றி, இன்றும் அளவற்ற ஆற்றலுடனிருக்கின்றது. நம் தமிழ்த் தாய்க்கு என்றும் முதுமையில்லை. என்றும் அவள் கன்னியாகவே அழகு மாறாமல் விளங்குவாள். ஆகையால் இச்சில புதிய சொற்களையும் குறியீடுகளையும் மேற்கொள்ளுதலால் தமிழ்த் தாய்க்கு வலிமையும் வளர்ச்சியுமே உண்டாகும்.[30]

இந்நிலையில் கலைச்சொல்லாக்கம் பற்றிய குழுவின் பணி முக்கியமானதும் சிக்கலானதுமாகும் என்று சொல்ல வேண்டியதில்லை. இக்குழுவில் தெ.பொ.மீயின் பங்கு முதன்மையானது. கலைச்சொல்லாக்கக் குழு பற்றிய தூரனின் நினைவுக் குறிப்பு வருமாறு:

மாலையில் சுமார் நான்கு மணிக்குக் கூடி இக்கலைச்சொல் குழுவினர் ஏழு மணி வரை திட்டமிடுவார்கள். எவ்விதமான கட்டணமும் இல்லை. ஒன்றிரண்டு பிஸ்கோத்துகளையும் தேநீரையும் அருந்திவிட்டுப் பணிசெய்ய

முன்வருவார்கள் ... இவர்கள் செய்த பணியை என்றும் மறக்க முடியாது.

இவ்விதமாகச் சுமார் 1½ ஆண்டுகள் கலைச் சொல் குழுவினர் தமிழ் வளர்ச்சிக் கழக அலுவலகத்தில்... கூடிக்கொண்டேயிருப்பர். பொருத்தமான கலைச்சொல் அகப்படாவிட்டால் எளிதில் ஏற்றுக்கொள்ள மாட்டார்கள். ஒரு நாள் மாலையில் கூடினால் பத்துப் பதினைந்து கலைச்சொற்களே தீர்மானமாகும். அதிகமாகப் போனால் 30 கலைச்சொற்கள் வரை முடிந்து விடும். சில நாட்களுக்கு ஒரு சொல்லுக்கே ஏற்ற கலைச்சொல் கண்டுபிடிக்க முடியாமற் போனாலோ புதிதாக உருவாக்காமல் போனாலோ அத்துடன் கூட்டம் நிறைவு பெறும்.[31]

Personality என்ற சொல்லுக்கு ஏற்ற சொல்லாக்கம் எப்படி உருவானது என்று தூரன் பதிவு செய்திருப்பது சுவாரசியமானது.

கலைச்சொற்கள் நல்ல தமிழில் எல்லாரும் ஏற்றுக்கொள்ளும்படியாக அமைப்பது மிகக் கடினம். எடுத்துக்காட்டாக, *personality* என்ற கலைச்சொல்லை எடுத்துக்கொள்வோம். இதற்கு முன்பு உளவியல் துறையில் பலர் பலவிதமாகக் கலைச்சொல் உருவாக்க முயன்றிருக்கிறார்கள். 'மூர்த்திகரம்', 'தோற்றம்', 'தோற்றப்பொலிவு' என்பவை எல்லாம் அவர்கள் பயன்படுத்திய சொற்களாகும். ஆனால் இவைகளில் எவையும் முழு மனநிறைவைப் பெறாதவையே ஆகும் ...

ஆகவே இந்த ஒரு சொல்லுக்கு மட்டும் ஒரு கூட்டம் முழுவதும் செலவழித்தோம். செலவழித் தாலும் ஏற்ற சொல்லைக் காண முடியாமல் தடுமாறினோம்.

> *இறுதியாக personality என்ற சொல்லுக்குப் பன்மொழிப் புலவர் திரு தெ.பொ. மீனாட்சி சுந்தரனாரையே அடுத்த நாள் ஒரு புதுச் சொல் கண்டுபிடித்து வருமாறு கேட்டுக்கொண்டோம் . . .*
>
> *இறுதியாக இலக்கணத்தைப் பயன்படுத்தி 'ஆளுமை' என்ற சொல்லை அடுத்த நாள் கூட்டத்திலே தெரிவித்தார்கள்.*[32]

Encyclopaedia என்பதற்கீடாகக் 'கலைக்களஞ்சியம்' என்ற சொல்லாக்கமேகூட இக்குழுவின உருவாக்கம்தான் என்பது இங்கு மனங்கொள்ளத்தக்கது. ஏறத்தாழ 25,000 சொற்கள் உருவாக்கப்பட்டதாகத் தூரன் பதிவுசெய்திருக்கிறார்.

கட்டுரையாளர்கள்

அலுவல் குழு என்று ஒன்று இருந்துள்ளது. அதன் கீழ் பொருட்பட்டி அமைப்புக் குழு இருந்துள்ளது. அதற்குமேல் ஓர் ஆய்வுக் குழு பணிகளை மேற்பார்த்துள்ளது.

கட்டுரையாளர்களை அடையாளம் காணும் வேட்டை தொடங்குமுன் 16 பக்கத்துக்கு ஒரு மாதிரி சஞ்சிகை 1948இலேயே வெளியிடப்பட்டது. கலைக்களஞ்சியத்தின் அமைப்பு, மொழிநடை, படங்கள் முதலானவை எப்படி அமையும் என்பதற்கான முன்மாதிரிப் படிவம் இது. இதனைப் பலருக்கும் அனுப்பிக் கருத்துரைகள் வரவேற்கப்பட்டன. மாதிரிச் சஞ்சிகை பற்றித் தெளிவான முன்குறிப்பு இல்லாததனாலும், திட்டமிட்டபடி அதனை அறிமுகப்படுத்த பத்திரிகையாளர் கூட்டம் நடத்தாமல் போனதாலும் குழப்பம் ஏற்பட்டது என்று தூரன் வருந்தி நினைவுகூர்ந்திருக்கிறார்.[33]

ஆக்கபூர்வமான கருத்துரைகள் பல வந்தனவெனினும் என் பார்வைக்குக் கிடைத்த மூன்றுமே எதிர்மறையாக அமைந்திருக்கின்றன (க. அன்பழகனின் 'புது வாழ்வு'; 'பொன்னி'; ம.பொ.சியின் 'தமிழ் முரசு'). இவற்றை முடிவுரையில் கருதுவேன்.

15,000 தலைச்சொற்கள் கொண்ட கலைக்களஞ்சியத்தில் ஏறத்தாழ 1,200 கட்டுரையாளர்கள் பங்கு பற்றினர். கட்டுரையாளர்களின் பரப்பும் புலமையும் பல்துறைசார் வளமும் மலைப்பை ஏற்படுத்துகின்றன. எந்தவொரு முக்கிய அறிஞரும் விடுபடவில்லை எனக் கருதும் அளவுக்கு அனைவரையும் பெ. தூரன் தொடர்புகொண்டிருந்திருக்கிறார். மறைமலையடிகள் 'சைவ சித்தாந்தம்' பற்றி எழுத இணங்கியதாக அவருடைய நாட்குறிப்புப் பதிவு கூறுகிறது.[34] (தூரன் அவரை நேரிலும் சந்தித்ததாகத் தெரிகிறது. ஆனால் அவர் எழுதியதாகத் தெரியவில்லை.) மாநிலக் கல்லூரியில் தூரனின் ஒருசாலை மாணாக்கராக இருந்தவரும் உலகப் புகழ்பெற்ற பறவையியலாளருமான (அ. மாதவையாவின் மகன்) மா. கிருஷ்ணனைக் கலைக்களஞ்சியத்தில் இடம்பெறும் பறவை, விலங்குகள் பற்றிய குறிப்புகளின் செம்பாகத்தை எழுத வேண்டும் என்று தூரன் வற்புறுத்தியிருக்கிறார்.[35] கலைக்களஞ்சியத்தில் மிகப் பெரும் பங்களித்தவர் தெ.பொ.மீ. குறைந்தது 150 பக்க அளவுக்கு அவருடைய பங்களிப்பு இருந்திருக்கிறது (ஏறத்தாழ 2 சதவிகிதம்). தலைப்புத் தேர்வு, கட்டுரையாளர்களை இனங்காணல், திருத்துதல், மேற்பார்த்தல், மொழிபெயர்த்தல், கலைச்சொல்லாக்கம் என எல்லா நிலைகளிலும் அவருடைய பங்களிப்பு இருந்துள்ளது.[36] திரு.வி.க., க.அ. நீலகண்ட சாஸ்திரி, சி.எஸ். சீனிவாசாசாரி, மா. இராசமாணிக்கனார், தி.வை. சதாசிவ பண்டாரத்தார், டி.எம்.பி. மகாதேவன், வே. ராகவன், மாரியப்ப பட் எனப் பலரும் பங்களித்திருக்கின்றனர். 'காந்தியம்' பற்றிய பதிவை இராஜாஜி எழுதியிருக்கிறார்.[37]

களஞ்சிய அலுவலகம் சென்னைப் பல்கலைக்கழக வளாகத்திலேயே அமைந்திருந்தது நல்வாய்ப்பாக அமைந்து விட்டது. பேராசிரியர்களை நேரில் தொடர்பு கொண்டு அவர்கள் ஒத்துழைப்பைப் பெற இது வாய்ப்பாக அமைந்தது. தமிழ் அறியாத பிற மாநில அறிஞர்களின் பங்களிப்பும்

பெறப்பட்டது. எடுத்துக்காட்டாக, பின்னாளில் இந்தியாவின் தலையாய உணவு வரலாற்றாசிரியராகப் புகழ்பெற்ற கே.டி. அச்சயா எழுதியிருக்கிறார். தாவரவியல் வல்லுநர் பி.ஜி.எல். சாமி எழுதியிருக்கிறார். சிற்பவியல் வல்லுநர் சீ. சிவராமமூர்த்தி, உலகப் புகழ்பெற்ற மானுடவியல் அறிஞர், கொலம்பியா பல்கலைக்கழகப் பேராசிரியர் மார்கரெட் மீட் பங்களித்திருக்கிறார். யேல், கார்னெல், நியூஜிலாந்து பல்கலைக்கழகங்களிலிருந்தெல்லாம் பேராசிரியர்களை எழுதவைத்திருக்கிறார் தூரன். இதையெல்லாம்விட வியப்பு அறிமுகமே இல்லாத பலர் மிகச் சிறப்பாகப் பதிவுகளை எழுதியிருப்பதேயாகும்.

பெரும்பாலான கட்டுரைகளைத் துறைசார் வல்லுநர்கள் ஆங்கிலத்தில் எழுத அவை தமிழாக்கப்பட்டிருக்கின்றன. பின்னர் கட்டுரையாளரின் இசைவுக்காகவும், அச்சுக்கோப்பிற்காகவும், அலுவலகக் கோப்புக்காகவும், தலைமை ஆசிரியரின் ஏற்புக்காகவும் என நான்கு படிகள் தட்டச்சிடப்பட்டிருக்கின்றன.[38] கட்டுரையாளர் தமிழறிந்தவராயின் கட்டாயமாக அது அவருக்கு அனுப்பப்பட்டு ஒப்புதல் பெறப்பட்டுள்ளது. தேவைப்படும் விளக்கப் படங்கள் பற்றிய முடிவும் இந்நிலையிலேயே எடுக்கப்பட்டிருக்கின்றது. நான்கு பக்கப் பதிவுக்கு ஒரு விலங்கியல் பேராசிரியர் 150 பக்கம் எழுதியனுப்பியிருக்கிறார். அதனைப் பொருட்குறைவு வராமல் சுருக்கியிருக்கிறார் தூரன்.[39]

கட்டுரையாளர்களின் பங்களிப்பிற்கேற்ப மதிப்பூதியம் வழங்கப்பட்டிருக்கின்றது. அவர்களுக்கு வழங்கப்பட்ட மதிப்பூதிய விகிதம் என்ன என்பதையும் அறிய முடிகின்றது (காண்க: அட்டவணை 3). ஆனால் மதிப்பூதியத்திற்காக ஒருவரும் எழுதியதாகத் தெரியவில்லை. ஆகவே அறிஞர்களிடமிருந்து பங்களிப்பைப் பெறுவது எளிதாக இருக்கவில்லை. இது பற்றி ந. சுப்ரமண்யன் பின்வருமாறு நினைவுகூர்கிறார்.

அட்டவணை 3

கட்டுரையாளருக்கு ஊதிய விகிதம்

வரி		ரூபை
1	-	0.15
10	-	1.50
20	-	3.25
30	-	5.00
40	-	6,50
50	-	8.25
60	-	10.00
70	-	11.75
80	-	13.25
90	-	15.00
100	-	16.75
110	-	18.25
120	-	20.00

சான்று: தமிழ் வளர்ச்சிக் கழகக் கோப்புகள்

நான் வரலாறு, பொருளாதாரம், புவியியல், அரசியல் முதலிய துறைக் கட்டுரைகளை மேற்பார்த்து, தேவையானால் திருத்தங்கள் செய்து பதிப்பிக்கும் பொறுப்பேற்றேன். சிறப்பு அறிஞர்கள் எழுதித் தராத கட்டுரைகளை நானே எழுத வேண்டும்...

அவ்வாறு அலுவலகத்தில் இருந்தபோது பல்கலைக்கழகப் பேராசிரியர்களாக இருந்த அறிஞர்கள் சிலரைத் தெரிந்துகொள்ள

முடிந்தது. அரசியல் துறைப் பேராசிரியர் ரா. பாஸ்கரன் அவர்கள் அண்ணாமலைப் பல்கலைக்கழகத்தில் எனது ஆசிரியராக இருந்தவர்.... அவர் அழகான ஆங்கிலத்தில் அரிய கருத்துக்களை எடுத்துக்கூறும் திறன் நிகரற்றது. தமிழ்த் துறைத் தலைவராயிருந்த ரா.பி. சேதுப்பிள்ளையும் அண்ணாமலையில் என் ஆசிரியராக இருந்தவர்.... பொருளாதாரத் துறைப் பேராசிரியராயிருந்த டாக்டர் பாலகிருஷ்ணா, *Statistics* பேராசிரியரான டாக்டர் ராஜலக்ஷ்மணன், அரசியல் சட்டவியல் துறைத் தலைவரான பேராசிரியர் அலெக்ஸாண்ட்ரோவிக்ஸ் முதலியோருடைய பழக்கம் ஏற்பட்டது.... அப்போது வரலாற்றுத் துறையில் பேராசிரியராக இருந்தவர் வி.ஆர். ராமசந்திர தீக்ஷிதர் என்பவர். அவருக்குத் தமிழிலும் ஆர்வம் உண்டு.... வரலாற்றுத் துறையில் இணைப் பேராசிரியராக அப்போது இருந்தவர் தே.வெ. மகாலிங்கம் என்பவர்.... கலைக்களஞ்சியக் கட்டுரைகள் தொடர்பாக அவரிடம் அடிக்கடி போக வேண்டியிருந்தது...

கலைக்களஞ்சியத்திற்குக் கட்டுரை எழுதித் தருவதாக ஒப்புக்கொண்டவர்கள் எளிதில் காலவரையறைக்குள் தந்துவிட மாட்டார்கள். கட்டுரை எழுதுவதற்கு அவர்களுக்கு ஊதியம் தருவதுண்டு. ஆனாலும் பலமுறை வருந்திக் கேட்டுக்கொண்ட பிறகுதான் தருவார்கள்.... அப்போது சென்னை மாநிலக் கல்லூரியில் பேராசிரியர்களாயிருந்த *B.M.* திருநாரணன் (புவியியல்), கே.கே. பிள்ளை (வரலாறு) ஆகிய இருவரும் கலைக்களஞ்சிய அலுவலகத்திற்கு அடிக்கடி வருவார்கள். அவர்கள் துறைக்

கட்டுரைகளைப் பற்றி அவர்களிடம் கருத்தைத் தெரிந்துகொள்ள வேண்டியிருந்ததால் அவர்களையும் நன்கு தெரிந்துகொண்டேன்.[40]

'என்ன முயன்றாலும் சில கட்டுரைகள் வாரா. அதற்கென அச்சுப் பிரதியில் இடம்விட்டு வைக்கும் வழக்கம் உண்டு. இறுதிப் பிரதி ஓடுவதற்கு முன்னர் நேரடியாகப் போய் இருந்து கேட்டு வாங்கி வருவதும், அதுவும் இயலவில்லை எனில் அலுவலகத்திலேயே எழுதுவதும் உண்டு' என்று ஐ.கே. சுப்பிரமணியனும் பதிந்திருக்கிறார்.[41]

களஞ்சிய அலுவலகத்திலேயே ஓர் அரிய நூலகம் இருந்திருக்கிறது. பலவகையான ஆங்கிலக் கலைக்களஞ்சியங்களும் அங்கு வாங்கிவைக்கப்பட்டிருந்திருக்கின்றன. (இதன் எச்சங்கள் 2004ஆம் ஆண்டளவிலும் காணக் கிடைத்தன.) சென்னைப் பல்கலைக்கழக நூலகமும் பேருதவியாக இருந்திருக்கின்றது.

கலைக்களஞ்சியப் பணி எவ்வாறு மேற்கொள்ளப் பட்டது, கட்டுரையாளர்களின் பங்களிப்பு எவ்வாறு ஒருங்கிணைக்கப்பட்டது என்பதை ஒரு பேரேடு காட்டுகிறது. ஒவ்வொரு துறைக்கும் தனித்தனிப் பக்கங்களில் பட்டியல் உள்ளது. ஒவ்வொரு பட்டியலுக்கும் பின்வரும் கலங்கள் உள்ளன: மாதம்; வரப்பெற்ற கட்டுரைகள் (ஆங்கிலம், தமிழ், மொத்தம்); மேற்பார்வையாளருக்கு அனுப்பியது; மேலாய்வுக்குப் பின் திரும்பப் பெற்றது; திருத்துவதற்காகக் கட்டுரையாளர்களுக்கு மீண்டும் அனுப்பியது; திருத்திய வடிவம் வரப்பெற்றது; திருத்திய கட்டுரையை மீண்டும் மேலாய்வுக்கு அனுப்பியது; மொழியாக்கப்பட்டது; பிரதி மேம்படுத்தியது; மேலாய்வர் ஒப்புதல் அளித்தது; இறுதி ஒப்புதலுக்குக் கட்டுரையாளருக்கு அனுப்பியது; படங்கள் இறுதி செய்யப்பட்ட நிலை; அச்சுக்கு ஆயத்தம். இந்தக் கலங்கள் எவ்வாறு கலைக்களஞ்சியப் பதிவுகள் உருவாகிச் செம்மைப்பட்டு அச்சுக்குத் தயாராயின என்பதைப் படம்பிடித்துக்காட்டுகின்றன.

ஆ. இரா. வேங்கடாசலபதி

இவ்வாறு வந்த கட்டுரைகளை எல்லாம் தலைச்சொற்களின் கீழ் அகரநிரலாக்கி, அகரவரிசைப்படி முதலில் வரவேண்டிய தொகுதிகளுக்கு முதன்மையளித்து, 750 பக்க அளவில் ஒவ்வொரு தொகுதியையும் வரையறுத்து அச்சுக்கு அணியமாக்கும் அரும்பணி தலைமைப் பதிப்பாசிரியருக்கு உரியது. கலைக்களஞ்சியப் பணியின் சூக்குமமே இதுதான்.

அச்சு, வெளியீடு, விநியோகம்

சென்னை மண்ணடி பவழக்காரத் தெருவில் அமைந்திருந்த சாந்தி பிரஸ் களஞ்சியத் தொகுதிகளை அச்சிடத் தேர்ந்தெடுக்கப்பட்டது. கடைசி இணைப்புத் தொகுதியைத் தவிரப் பிற ஒன்பது தொகுதிகளும் இந்த அச்சகத்தில்தான் அச்சிடப்பட்டன. அச்சின் சிறப்பு அறுபதாண்டுகள் கழித்தும் வெள்ளிடைமலையாக விளங்குகிறது.

மாதந்தோறும் நடக்கும் ஆய்வுக் கூட்டத்திற்குக் கோவையிலிருந்து சென்னைக்கு அவினாசிலிங்கம் வந்துவிடுவார்; அப்போது மெய்ப்பு வராவிட்டால் பூகம்பம் ஏற்படுமாம். ஐந்து மெய்ப்புகள் வரை பார்க்கப்படும் என்றும், இறுதிப்படியைத் தூரனே பார்ப்பார் என்றும் ஐ.கே. சுப்பிரமணியன் பதிவு செய்துள்ளார்.[42]

ஏராளமான கோட்டோவியங்களும் படங்களும் நிறைந்ததாகக் கலைக்களஞ்சியம் அமைந்திருந்தது. 'ஓவியரைக் கொண்டு வரைவது மிகத் துன்பம். விளக்கி வரையச் செய்ய வேண்டும்' என்கிறார் ஐ.கே. சுப்பிரமணியன். களஞ்சிய அலுவலகத்திலேயே ஓவியர் இருந்தும்கூட இந்த நிலையே.

அனைத்து அச்சுக்கட்டைகளும் (கோடு, ஆப்டோன், பல்வண்ணம்) நியூட்டன் கம்பெனியில் தயாரிக்கப்பட்டன. உலகின் பல்வேறு தூதரகங்கள், அருங்காட்சியகங்கள், நூலகங்களிலிருந்து அனுமதி பெற்று புகைப்படங்கள் தருவிக்கப்பட்டன. கறுப்பு வெள்ளைப் படங்களை

அச்சிடுவதில் இடரில்லை. பலவண்ணப் படங்களாயின் தனியே அச்சிட்டுத்தான் உரிய இடத்தில் ஒட்ட வேண்டும்.

ஜய ஆண்டு (1954) பிறந்தபோது முதல் தொகுதி வெளிவந்தது. அளவு, உள்ளடக்கம், செய்நேர்த்தி என அனைத்து நிலையிலும் தமிழ்ப் பதிப்பியலில் இது ஒரு சாதனை. தமிழகத்தில் மட்டுமல்லாமல் இந்தியாவின் முக்கிய நகரங்களிலும், இலங்கை, மலேசியா முதலான தமிழ் கூறு நல்லுலகிலும் முதல் தொகுதி நல்வரவேற்பைப் பெற்றது.

அடுத்தடுத்த தொகுதிகளும் வரிசையாகப் பெரும் பாலும் தமிழ்ப் புத்தாண்டின்போதே வெளியாயின. 1955இல் இரண்டாம் தொகுதியும், 1956இல் மூன்றாம் நான்காம் தொகுதிகளும் வெளியாயின. ஐந்து, ஆறு தொகுதிகள் முறையே 1958, 1959இல் வெளிவந்தன. ஏழாம் தொகுதி 1960இலும், எட்டாம் தொகுதி 1961இலும், ஒன்பதாம் தொகுதி 1963இலும் வந்தன. எல்லாத் தொகுதிகளும் ஒரே சீராக 750 என்ற ஒத்த பக்க எண்ணிக்கையில் கிரவுன் ¼ அளவில் உறுதியான காலிக்கோ கட்டடத்தில் வெளியாயின (காண்க: அட்டவணை 4). பத்துத் தொகுதி களுக்குள் முடித்துவிடுவது திட்டம்; காரணம், ஒரு தொகுதி மிகுதியானாலும் மேலும் ஒரு இலட்சம் ரூபாய் செலவாகும். 7,500 பக்கம் என்ற மேலெல்லைக்குள் அனைத்துத் துறைகளுக்கும் தகுந்த விகிதத்தில் இடம் ஒதுக்க வேண்டியிருந்தது பெரும் சவாலாகும்.

ஒவ்வொரு தொகுதியிலும் 2,500 முதல் 3,000 படிகள்வரை அச்சிடப்பட்டன. தமிழ் வளர்ச்சிக் கழகக் கோப்புகளில் உள்ள அச்சக மதிப்பீடுகள் எல்லாம் 3,000 படிகளுக்கானதாக இருக்கவும், இந்திய அரசாங்கத்திற்கு எழுதிய ஒரு கடிதத்தில் அவினாசிலிங்கம் பின்வருமாறு எழுதியிருக்கிறார்.

2,500 படிகள் அச்சாகின்றன. முதல் ஆறு மாதங்களில் 500 படிகளும் அதற்கடுத்த இரண்டாண்டுகளில்

அட்டவணை 4
கலைக்களஞ்சியத் தொகுதிகள்

தொகுதி	பக்கம்	ஆண்டு
I	742	1954
II	760	1955
III	756	1956
IV	778	1956
V	750	1958
VI	770	1959
VII	754	1960
VIII	785	1961
IX	751	1963
X	560 + 156	1968

500 படிகளும் விற்கும் என எதிர்பார்க்கிறோம். பல்வேறு வகையில் உதவிய நன்கொடையாளர்களுக்கு 500 படிகள் இலவசமாக வழங்குவோம். எஞ்சிய ஆயிரம் படிகள் அதற்கடுத்த ஐந்து முதல் பத்தாண்டுகளில் விற்று முடியலாம்.[43]

மொத்தமாகப் பத்துத் தொகுதிகளுக்கான விலை 250 ரூபாய் எனவும் தனித் தொகுதிக்கு 25 ரூபாய் எனவும் விலை குறிக்கப்பட்டது.

ஓரியண்ட் லாங்மன் நிறுவனம் (அதன் தலைமையகம் அப்போது கொல்கொத்தாவிலிருந்தது) தமிழ்க் கலைக்களஞ்சியத்தின் பிரத்யேக விநியோகிப்பாளராக நியமிக்கப்பட்டது. கட்டடம் செய்ததும் செய்யப்படாததுமான இருப்பு முழுவதையும் வைத்துக்கொள்ளும் பொறுப்பும் அதற்கு வழங்கப்பட்டது. ஒவ்வொரு காலாண்டின் முடிவிலும்

அட்டவணை 5
கலைக்களஞ்சிய இருப்பும் விற்பனையும், 1963
ORIENT LONGMANS LTD.
Madras

27 August 1963

Tamil Encyclopaedia: Stock and Sales Figures for The Period
1-5-1963 to 31-7-1963 for Volumes 1 to 8
1.7.1963 to 31.7.1963 for Volume 9

	1	2	3	4	5	6	7	8	9
				1-5-1963					1-7-1963
Bound copies stock on hand	-	241	282	216	264	14	14	61	127
Bound stock received from the Binders.	-	-	-	-	-	-	-	-	-
Total	-	241	282	216	264	14	14	61	127
Sold	-	24	24	23	22	8	5	49	35
Presented	-	1	1	1	1	1	-	1	-
Balance on hand on 31-7-63 (bound copies)	-	216	257	192	241	5	9	11	92

Stock at Bombay	-	2	-	1	1	-	-	3
Calcutta	-	-	-	-	-	-	-	1
Madras	-	208	250	185	234	-	5	4	81
New Delhi	-	3	3	3	3	-	-	3	4
Hyderabad	-	-	-	-	-	1	1	-	-
Bangalore	-	3	3	3	3	3	3	2	3
Total	**-**	**216**	**257**	**192**	**241**	**5**	**9**	**11**	**92**

Sale of Single Copies

Full price	-	-	1	2	1	1	-	1	5
Trade	-	17	17	16	16	5	4	39	18
School	-	7	6	5	5	2	1	9	12
Total	**-**	**24**	**24**	**23**	**22**	**8**	**5**	**49**	**35**

Expenses incurred for sending specimen copies. Re.50

Unbound stock, folded, gathered and collated as per printers bill with us	-	-	200	500	800	1250	1300	1600	-
Stock with binders	-	-	-	5	10	-	-	305	-

சான்று: Correspondence with Orient Longman File, Tamil Academy

விற்பனைக் கணக்கை வழங்க வேண்டும். குறித்த விலையில் 15 சதவிகிதக் கழிவு ஓரியண்ட் லாங்மனுக்கு. நூல் விற்பனையாளர்கள், கல்வி நிறுவனங்கள், நூலகங்களுக்குக் கூடுதலாக 7 சதவிகிதக் கழிவு உண்டு. இதில் மூன்றில் இரு பகுதியை ஓரியண்ட் லாங்மன் ஏற்க வேண்டும். மேலும் அனைத்துக் கையொப்பக் கட்டணங்களையும் (சந்தா) விநியோகிப்பாளருக்கு மாற்றிக் கொடுக்கவும் தமிழ் வளர்ச்சிக் கழகம் இணங்கியது.[44]

இந்த ஏற்பாடு ஏறத்தாழக் கால் நூற்றாண்டுக்குச் சீராக நடைபெற்றதைக் கோப்புகள் காட்டுகின்றன. ஒவ்வோர் ஆண்டும் நடந்த விற்பனையை என்னால் கணக்கிட முடியவில்லை. ஆனால் 1963இல் இருந்த இருப்பு நிலவரத்தை அட்டவணை 5 காட்டுகிறது. இணைப்புத் தொகுதியைத் தவிரப் பிற ஒன்பது தொகுதிகளும் வெளியாகிவிட்ட நிலையில் இருந்த இருப்பு இது. இணைப்புத் தொகுதி வெளியான தருணத்தில் முதல் ஐந்து தொகுதிகளும் முழுவதுமாக விற்றுத் தீர்ந்துவிட்டன. அடுத்த மூன்று தொகுதிகளில் 500 படிகளே எஞ்சி இருந்தன. இணைப்புத் தொகுதிப் பிரதிகள் 1990கள் வரையும்கூட விற்காமல் தேங்கியிருந்ததை நான் நேரில் பார்த்திருக்கிறேன்.

நெருக்கடிகளும் பணி நிறைவும்

கலைக்களஞ்சியத் தொகுப்புகளின் அச்சும் தயாரிப்பும் பெரும் செலவு பிடிக்கும் தன்மையன. தொடக்கம் முதலே பணச் சிக்கல் பேருருவமெடுத்தது. இந்திய அரசாங்கம் இத்திட்டத்தின் முக்கியப் புரவலர் என்ற முறையில் அதன் கல்வி அமைச்சருடன் அவினாசிலிங்கம் தொடர்ந்து கடிதப் போக்குவரத்தை மேற்கொண்டிருந்தார். 1949ஆம் ஆண்டின் இடைப்பகுதியில், தலைமைப் பதிப்பாசிரியரும் உதவியாசிரியர்களும் அமர்த்தப்பட்டுவிட்டனர் என்பதைத் தெரிவித்து எழுதியதோடு வாக்களித்த ஆண்டு நல்கையான 75,000 ரூபாயை நினைவூட்டி விரைவில் அனுப்புமாறும் எழுதினார். ஒரு மாதம் கழித்துக் கல்வி அமைச்சர் ஹுமாயுன் கபீரைப் பெயர் சொல்லி விளித்து 12 ஆகஸ்டு 1949இல் கடிதம் எழுதினார்.

தமிழ்க் கலைக்களஞ்சியப் பணி நன்முறையில் முன்னேறிவருகிறது என்பதை அறியத் தாங்கள் மகிழ்வீர்கள் ...

தேசிய இயற்பியல் ஆய்வகத்தின் இயக்குநர் டாக்டர் கே.எஸ். கிருஷ்ணன் அவர்களும் எங்கள் பணியில் பேரார்வம் காட்டிவருகிறார். பதிப்புக் குழுவில் உறுப்பியம் வகித்துச் சில கட்டுரைகளை எழுதவும் அவர் இசைந்துள்ளார். இந்த ஆண்டின் இறுதிக்குள் அனைத்துக் கட்டுரைகளையும் பெற்று அடுத்த ஆண்டின் தொடக்கத்தில் அச்சுப் பணி தொடங்கும் என நம்புகிறோம்.

ஆண்டுதோறும் ரூ. 75,000 என்ற அளவில் நான்காண்டுகளுக்கு நல்கை வழங்குவதென இந்திய அரசாங்கம் உத்தரவிட்டுள்ளது ... இவ்வாண்டு இரண்டாம் தவணைக்கு விண்ணப்பித்துள்ளோம். ஆனால் இது பற்றி இதுவரை எந்தத் தகவலும் இல்லை. நல்கை வழங்குவதை விரைவுபடுத்தினால் மகிழ்வேன்.

நீங்கள் நலந்தானே? சென்னையில் தங்களை எப்போது எதிர்பார்க்கலாம்?

பழம்பெரும் தேசபக்தர், காங்கிரஸ் தியாகி, சென்னை மாநிலக் கல்வி அமைச்சர், பின்னர் முதல் இந்திய நாடாளுமன்றத்தின் மக்களவை உறுப்பினர், அடுத்து மாநிலங்களவை உறுப்பினர் என்ற தகுதிகளெல்லாம் அவினாசிலிங்கனாருக்கு இருப்பினும் நிதி நெருக்கடியில் தத்தளித்துவந்த இந்திய அரசாங்கம் அவருக்குத் தந்த பதில் பேரிடியாக அமைந்தது.

இந்த நிதிப் பொறுப்பை ஏற்று 1948–49இல் நல்கை வழங்கிய பிறகு நாட்டின் நிதி நிலைமை சரிந்துள்ளது.... பணியைத் தாமதப்படுத்தும்

வழிவகைகளைத் தாங்கள் தேட இயன்றால்
இந்திய அரசாங்கம் மிக மகிழும் . . .
இப்போதைக்கு எங்களின் நல்கையில்லாமல்
சமாளிக்க இயலுமா?[45]

சூடுபிடித்து வந்த களஞ்சியப் பணியைத்
தாமதப்படுத்துவது என்ற கருத்தைக் கருதிப் பார்க்கவும்
அவினாசிலிங்கம் தயாராக இல்லை. எடுத்த காரியத்தை
எளிதில் கைவிடும் நபரும் இல்லை அவர். கல்வித் துறைக்கு
எழுதியதோடு அதன் துணைச் செயலர் தாரா சந்த்
அவர்களுக்கும் அவர் நேரே எழுதினார். 'இந்தியாவில்
மேற்கொள்ளப்பட்டுள்ள இத்தகைய பணிகளில் இதுவே
மிகப் பெரிது எனலாம். சென்னை மற்றும் இந்திய
அரசாங்கங்கள் பங்களிக்கும் என்று வாக்களித்ததின்
பேரிலேயே இப்பணி தொடங்கப்பட்டது' என்று வற்புறுத்தி
வேண்டினார்.[46]

1949ஆம் ஆண்டின் இடையில் தொடங்கிய இந்தக்
கடிதப் போக்குவரத்து அடுத்த ஆண்டின் தொடக்கம்வரை
தொடர்ந்தது. தாரா சந்த் அவர்களுக்கு அவினாசிலிங்கம்
மீண்டும் எழுதினார்:

> இந்தப் பெரும் பணிக்கு ஏறத்தாழ 12 லட்சம்
> ரூபாய் செலவாகும். விற்பனையின் மூலமாக
> மூன்று லட்சம் ரூபாய் அளவுக்கே திரும்ப வரும்.
> ஒன்பது லட்ச ரூபாய் நிகர இழப்புடனேதான்
> கலைக்களஞ்சியத்தைத் தயாரிக்க முடியும். இந்தப்
> பெரும் பண்பாட்டுப் பணியை இந்த மூன்று
> லட்சம் ரூபாயை நம்பியே தொடங்கினோம். பணி
> தொடங்கி, பொறுப்புகளை ஏற்றுக்கொண்ட
> பின்னர் இந்திய அரசாங்கம் பின்வாங்குவது
> நியாயமில்லை.
>
> தங்களுடைய சிரமங்களைப் புரிந்துகொள்கிறேன்.
> ஆனால் இந்திய அரசாங்கத்தின் வரவுசெலவினை
> நோக்க இது சிறு தொகையே அல்லவா?

இது தொடர்பாக எந்தப் பதிலும் இந்திய அரசாங்கத்திடமிருந்து பல காலமாக வரவில்லை. இந்த மௌனம் எங்கள் பணியைப் பெருமளவுக்குப் பாதித்து வருகிறது.[47]

அவினாசிலிங்கம் கடிதத்திற்கு இந்திய அரசாங்கம் கறாரான பதில் அனுப்பியது: 'நிதி நெருக்கடி காரணமாக நடப்பு நிதியாண்டில் நல்கை வழங்க முடியாது என்பதை வருத்தத்துடன் தெரிவிக்கிறோம். அடுத்த நிதியாண்டில் இதனை மறுபரிசீலனை செய்வோம்.'[48]

நிறுத்திவைக்கப்பட்ட நல்கையை மீண்டும் பெற 1950 செப்டம்பரில் முயற்சிகள் மேற்கொள்ளப்பட்டன. தமிழ் வளர்ச்சிக் கழகம் அனுப்பிய அறிக்கைகள், கணக்குவழக்கு களை வரப்பெற்றுப் பரிசீலித்த இந்திய அரசாங்கம் தன் கௌரவத்தைக் காப்பாற்றிக்கொள்ளும் வகையில் பின்வருமாறு பதிலிட்டது.

நல்கைத் தவணைகள் வழங்கப்படாமைக்கு ஒரே காரணம் அரசாங்கம் கடந்த இரண்டாண்டு களாக அனுபவித்துவரும் மிகக் கடும் நிதி நெருக்கடியே ஆகும். உங்கள் கணக்குவழக்கு களைப் பார்க்கையில் உடனடியாகப் பணம் தேவைப்படவில்லை எனத் தெரிகிறது. தமிழ்க் கலைக்களஞ்சியம் தயாராகி அச்சுக்குச் சென்று பணம் தேவைப்படும்போது, நிதிநிலைக்கு ஏற்ப, அரசாங்கம் தன் வாக்கைக் காப்பாற்றும் என்பது உறுதி.[49]

மேலும் கலைக்களஞ்சியப் பணியைத் தொடரும் பொறுப்பைத் தமிழ் வளர்ச்சிக் கழகத்தின்மீது இது சுமத்தியது. நவம்பர் 1953இல் கீழ்க்காணும் அறிக்கையைத் தமிழ் வளர்ச்சிக் கழகம் அனுப்பியது.

களஞ்சியப் பணி கட்டுக்குள் உள்ளதென்பதையும், முதல் தொகுதி அச்சகத்திற்குச் சென்றுள்ளது

என்பதையும் மகிழ்ச்சியுடன் சொல்ல விழைகிறோம். முதல் இரண்டு தொகுதிகளுக்கான தாள் வாங்கிவிட்டோம். அச்சுக்கட்டைகள் செய்வதற்கும் வேண்டுகை அளித்துள்ளோம். பிப்ரவரி 1954இல் முதல் தொகுதி வெளிவந்து விடும் என எதிர்பார்க்கிறோம்.

இனிமேல் ஒவ்வொரு தொகுதியாக வெளிவர வெளிவர செலவினங்கள் மேற்கொள்ளப்படும் . . . பத்துத் தொகுதிகளுக்கான தோராயமான மொத்தச் செலவு ரூ 7,78,290–12–0 என்று எதிர்பார்க்கிறோம். இதில் ரூ 1,49,415–10–0 ஏற்கெனவே செலவழித்து விட்டோம்.[50]

பல்வேறு கணக்குகளை முன்வைத்த தமிழ் வளர்ச்சிக் கழகம், இந்திய அரசாங்கத்திடம் தான் எதிர்பார்த்த தொகையைக் குறைத்துக்கொள்ள முன்வந்தது: இரண்டேகால் லட்சத்திற்குப் பதிலாக ஒன்றரை லட்சமே போதும் என்று கேட்டுக்கொண்டது.[51] இருப்பினும் 1960வரை மேலும் ஒரு சல்லிக்காசுகூடப் பெயரவில்லை. முதல் ஆறு தொகுதிகளின் வெளியீட்டுக்கு ஏழு இலட்சம் ரூபாய் செலவாகியிருந்த நிலையிலும்கூட நினைவூட்டுக் கடிதம் எழுதிக்கொண்டே இருக்க வேண்டிய நிலையே நீடித்தது.[52] (1956வரையான வரவு செலவு கணக்குக்கு அட்டவணை 6ஐக் காண்க.) சென்னை அரசாங்கம் வழங்கிய நல்கையினையும் நன்கொடைகளையும் சார்ந்தே களஞ்சியப் பணி முன்னேறிவந்ததெனத் தெரிகிறது.

1963இல் ஒன்பதாம் தொகுதி வெளிவந்த காலத்தில் நிலுவை ஏதுமின்றி நல்கை வந்துவிட்டதெனத் தெரிகிறது.

இணைப்புத் தொகுதியான பத்தாம் தொகுதிக்கு ரூ 93,306 செலவாகுமென்று கணக்கிடப்பட்ட நிலையில், அதில் பாதிச் செலவுக்கு நல்கை வழங்குமாறு கேட்டுக்கொண்ட நிலையில் இந்திய அரசாங்கம் ரூ 46,500 வழங்கியது.[53]

அட்டவணை 6
வரவு செலவு (1956 வரை)

	வரவு		செலவு
மத்திய அரசு	75,000-0-0	31-3-1948வரை	2,897-10-6
சென்னை அரசு	3,61,941-10-0	31-3-1949வரை	13,214-14-11
நன்கொடை	1,97,768-8-10	1949-50	23,804-3-7
		1950-51	28,001-15-3
		1951-52	30,617-11-9
		1952-53	37,326-11-6
		1953-54	51,985-10-3
		1954-55	61,905-15-6
		1955-56	74,986-6-3

சான்று: தமிழ் வளர்ச்சிக் கழகக் கோப்புகள்

'களஞ்சியத்தில் கொள்ளை'

பணியின் தொடக்கத்திலேயே ஒரு பேராபத்தைக் கலைக்களஞ்சியத் திட்டம் எதிர்கொண்டது. அதனை ஊற்றி மூடிவிடக் கூடிய விபத்து அது. பொதுப் பணத்தைக் கவனமாகவும் கறாராகவும் சிக்கனமாகவும் கணக்குப் பார்த்துச் செலவு செய்பவர் என்று பெயர் பெற்றவர் அவினாசிலிங்கம். அவர் மேற்பார்வையில் செயல்பட்ட திட்டத்தில் நிதி மோசடி ஏற்பட்டுவிட்டதுதான் இதில் நகைமுரண்.

நன்கொடையாகவும் அரசு நல்கையாகவும் வந்த தொகையினைத் தேவைக்கேற்பக் கொஞ்சம் கொஞ் சமாகச் செலவு செய்து, எஞ்சிய பெருந்தொகையை அரசு பத்திரங்களில் முதலீடு செய்வதென அவினாசிலிங்கம்

திட்டமிட்டிருந்தார். தமிழ் வளர்ச்சிக் கழகத்தின் தலைவராயினும் பண விவகாரங்களைக் கவனிக்க சா.இராம.சித. அண்ணாமலை செட்டியார் என்பவரைக் கல்கியின் பரிந்துரையின் பேரில் பொருளாளராக நியமித்திருந்தார். ஆனால் தம் சொந்தத் தொழிலில் ஏற்பட்ட இழப்பை நேர் செய்வதற்காக மூன்று லட்சம் ரூபாய் பெறுமதியுள்ள, கலைக்களஞ்சியத்திற்குரிய அரசு பத்திரங்களைக் களவாக அவர் விற்றுவிட்டார். இதைப் பற்றி அரசல்புரசலாக அறிய நேர்ந்த தூரன் இதனை அவினாசிலிங்கம கவனத்திற்குக் கொண்டுவந்தார். விசாரித்து உண்மையறிந்த அவினாசிலிங்கம் அதிர்ந்தார். உடனடியாக நிர்வாகக் குழுக் கூட்டத்தைக் கூட்டி இதற்குத் தாமே முழுப் பொறுப்பு ஏற்பதாகக் கூறினார். அவினாசிலிங்கனாரின் நேர்மையை நன்கறிந்த குழு இதனை ஏற்கவில்லை; முழுக் குழுவுமே பொறுப்பேற்பதாக ஒருமனதாகக் கூறினர். நல்லவேளையாக, பொருளாளரின் மனைவி ‘கடவுட் பற்றும் நேர்மையும்’ மிகுந்த பெண்மணி. மறுநாளே அவினாசிலிங்கனாரை இராமகிருஷ்ண மடத்தில் சந்தித்து தம் வீட்டை இழப்பீடாகக் கொடுக்க முன்வந்தார். நிதி அமைச்சர் சி. சுப்பிரமணியம் இடையிட்டு, பொருளாளர் மீது மோசடி வழக்குத் தொடர்ந்தார். ஒருவாறு இழந்த பணம் பெருமளவு மீட்கப்பட்டது. தலைக்கு வந்தது தலைப்பாகையோடு போயிற்று. இதனை அடுத்து வி.எஸ். தியாகராஜ முதலியார் பொருளாளராக நியமிக்கப்பட்டார்.[54]

தொடர்ந்த நெருக்கடிகள்

நான்காம் தொகுதி வெளியான நேரம் இந்திய தேசம் மொழிவாரி மாநிலங்களாகப் பிரிக்கப்பட்ட நேரம். அவினாசிலிங்கம் எதிர்பார்த்தது போலவே ஆட்சி மொழிச் சட்டம் இயற்றப்பட்டுச் சென்னை மாநிலத்தின் ஆட்சி மொழியாகத் தமிழ் கொலுவீற்றிருக்கலானது. மேலும்,

தமிழ்நாட்டுக் கல்லூரிகளிலும் பல்கலைக்கழகங் களிலும் தமிழ் போதனைக்குரிய மொழியாக அமைய வேண்டும். அப்பொழுதுதான் நம் மொழியில் அறிவுத் துறைகள் அனைத்திலும் புத்தகங்கள் தோன்றும். அதுதான் சாதாரண மக்களும் உயர்ந்த அறிவை எளிதில் பெற உதவியாக இருக்கும்.

தமிழ் ஆட்சிமொழியாகவும் கல்வி நிலையங்களில் போதனை மொழியாகவும் மாறும் என்பதில் ஐயமில்லை. ஆனால் அது எத்தனை ஆண்டுகளில் மாறும், கல்வியின் தரம் குறையாமல் அதனை மாற்றுவது எப்படி என்பவற்றைப் பற்றித்தான் ஐயப்பாடும் விவாதமும் இருந்துகொண் டிருக்கின்றன. இவ்வையப்பாடு நீடிப்பதில் யாருக்கும் நன்மையில்லை. விரைவில் வேண்டிய ஏற்பாடுகள் செய்து, இச்சந்தேகமான நிலைமையை மாற்றினால் அனைவருக்கும் நன்மையுண்டாகும்!

இந்தச் சூழலில் 'போதனை மொழி தமிழாக மாறுவதற்காக மகத்தான முயற்சியில் கலைக்களஞ் சியம் அடிப்படையான சேவை செய்து வருகிறது' என்று பெருமிதம் கொண்ட அவினாசிலிங்கம், 'இதுவரை தமிழில் புத்தகங்களே இல்லாத துறைகளிலுள்ள விஷயங்களைத் தமிழில் எடுத்து சொல்ல(வும்) முயற்சி செய்கிறது' என்று மகிழ்ந்தார்.[55]

கலைக்களஞ்சியத் தொகுதிகள் ஒவ்வொன்றாக வெளிவரவர இடர்களும் கூடிக்கொண்டு வந்தன. அவினாசிலிங்கமே உணர்ந்த மாதிரி,

கலைக்களஞ்சியம் தயாரிப்பதென்பது ஒரு நீண்ட கால வேலை. ஆங்கிலத்தில் தயாரித்த முதற் களஞ்சியம் சிறிய அளவில்தான் தோன்றியது.

எனினும் அது வெளிவரப் பல ஆண்டுகள் ஆயின... இப்படிப்பட்ட நீண்ட கால வேலை ஒன்றை எடுத்துக்கொண்டு செய்து முடிக்க முயலும்போது எதிர்பாராத சில இடையூறுகளும் தோன்றுகின்றன. இவற்றையெல்லாம் சமாளிப்பதற்கு ஆண்டவன் அருளும் தமிழ் மக்களின் பேரன்பும்தான் உறுதுணையாக நிற்கின்றன. இந்த நினைவின் வலிமையிலேயே செயல் புரிந்து வருகின்றோம்.[56]

ஐந்தாம் தொகுதியின் முன்னுரையில் இப்படி எழுதிய அவினாசிலிங்கம், அடுத்த ஆண்டில், தாம் எதிர்கொண்ட இடர்களைப் பின்வருமாறு பட்டியலிட்டார்: 'இத்தகைய பெரிய வேலைகளைப் பல ஆண்டுகள் தொடர்ந்து செய்வதில் ஏற்படும் சிரமங்கள் பல. விலைவாசி ஏற்றம், காகிதப் பஞ்சம், ஊழியர்களின் உடல்நலக் குறைவு, இன்னும் பல தொந்திரவுகளுக்கிடையே இத்தொகுதி குறித்த காலத்தில் வெளிவருவது தமிழ்த் தாயின் அருளால் என்றுதான் சொல்ல வேண்டும்!'[57]

கலைக்களஞ்சியப் பணிகளுக்கிடையே சில ஊழியர்கள் காலமாகியும் விட்டனர். திரிகூடசுந்தரம் பிள்ளை ஒன்பதாம் தொகுதி தயாராகிவந்த நிலையில் பணியிலிருந்து விலகிவிட்டார்.

இருபதாண்டுகள் விடாது பணியாற்றிய தூரனின் உழைப்பு போற்றுதலுக்குரியது. கலைக்களஞ்சியத்தின் உள்ளடக்கம் முதல் அதன் தயாரிப்பு வரை அனைத்து நிலையிலும் அவர் பெரும்பங்கு வகித்தார். துணைப் பதிப்பாசிரியர் முதல் கடைநிலை ஊழியர்வரை அனைவரையும் நிர்வகிக்கும் பொறுப்பும் அவருக்கு இருந்தது. இவற்றையெல்லாம் வரையறுத்த நிதி நிலைமையிலும் நெருக்குதலான காலக்கெடுவுக்குள்ளும் செய்ய வேண்டியிருந்தது. அவினாசிலிங்கனாரின் மேலாண்மைத் திறம் கலைக்களஞ்சியத் திட்டத்தின்

ஆணிவேரானாலும், அவருக்கு இயைபச் செயல்படுவதும் பெரும் அறைகூவலேயாகும். அறிவாற்றல், நிர்வாக ஆற்றல் ஆகியவற்றோடு தலைமை ஆசிரியருக்குப் பொறுமை மிக அவசியம். அதுவும் தூரனிடம் நிரம்ப இருந்திருக்கிறது.

தலைமைப் பதிப்பாசிரியர் தூரனின் சாப்பாட்டுக் கூடையில் உணவைவிட மருந்துகளே அதிகம் என்பர். நரம்பியல் நோயின் காரணமாக இடையிடைக் கால் வலிப்பும் அவருக்கு ஏற்பட்டுவந்தது. 1955இலிருந்து இந்த நோய் அவரை அலைக்கழித்தது. 'புரியாத இந்த நலிவின் மர்மத்தை எந்த மருத்துவராலும் அறியக்கூடவில்லை' என்று கலைக்களஞ்சியப் பணியிலிருந்து ஓய்வு பெற்றபொழுது (1978) நினைவுகூர்ந்த தூரன், 'சென்ற இருபது ஆண்டுகளாக இதனோடு போராடிக்கொண்டே இரு கலைக்களஞ் சியங்களும் உருவாகிவிட்டன என்றால் அது இறைவன் அருளே ஆகும்' என்று நம்பினார்.[58]

எதிர்வினைகள்

1947 விஜயதசமியில் தொடங்கிய கலைக்களஞ்சியப் பணி 1963 பொங்கலை யொட்டி ஒன்பதாம் தொகுதியின் வெளியீட்டோடு நிறைவுற்றது. ஆயிரத்துக்கும் மேற்பட்ட கட்டுரையாளர்களின் பங்களிப்புடன் 15,000 தலைச்சொற்களுடன் 7,000 பக்க அளவில் ஒன்பது தொகுதிகள் வெளியாயின. ஒன்பதாம் தொகுதியின் வெளியீட்டு விழா ஜனவரி 1963இல் குடியரசுத் தலைவர் சர்வபள்ளி இராதாகிருஷ்ணன் முன்னிலையில் சிறப்புற நடைபெற்றது.

ஒன்பதாம் தொகுதி வெளியான பொழுது முந்திய தொகுதிகள் பல விற்றுத் தீர்ந்துவிட்டன. அவற்றை மறுஅச்சிடுவது பற்றி ஆலோசித்துவந்த வேளையில், விடுபட்ட தலைச்சொற்களையும் பதிவுகளையும் சேர்க்கவும், அனைத்துத் தொகுதிகளுக்குமான அடைவைத் (index) தயாரிக்கவும் நடவடிக்கைகள் மேற்கொள்ளப்பட்டன.

ஐந்தாண்டுகள் கழித்து 1968இல் இணைப்புத் தொகுதி வெளிவந்தபொழுது, இருபதாண்டுகளுக்கு முன்பு களஞ்சியப் பணி தொடங்கிய நேரத்தில் இருந்த சூழல் முற்றிலும் மாறிவிட்டது. தமிழின் தனித்தன்மை, சமஸ்கிருதத்திற்கு எதிரான அதன் நிலைப்பாடு, இவற்றின் அடிப்படையில் கட்டமைக்கப்பட்ட தமிழ் அடையாளம் எனத் தமிழக அரசியல் சூழல் மாறிவிட்டது. தமிழும் பார்ப்பனரல்லாத தமிழரும் திராவிட இயக்கத்துடனும், வடமொழியும் பார்ப்பனரும் காங்கிரசோடும் இனங்காணப்பட்டனர். 1937-39, 1948, 1965 ஆகிய ஆண்டுகளில் நடந்த இந்தி எதிர்ப்புப் போராட்டங்களில் காங்கிரசும் இந்தியத் தேசியமும் இந்தி மொழிச் சார்பினராகக் கருதப்பட்டன. பள்ளிகளில் இந்தியைக் கட்டாயப் பாடமாக நுழைப்பதற்கு எதிராக 1948இல் நடந்த இந்தி எதிர்ப்புப் போராட்டத்தின் பொழுது கல்வி அமைச்சராக இருந்தவர் அவினாசிலிங்கம். கெடுவாய்ப்பாகக் கலைக்களஞ்சியம் இவற்றோடு ஒருங்கு வைத்து எண்ணப்பட்டது.

'கழகம்' என்ற சொல்லைக் கண்டு தேசியவாதிகள் வெறுப்படையும் வகையில் அது அரசியல் பூசலுக்குப் பயன்பட்ட நேரத்தில் அதைப் பற்றிக் கவலைப்படாமல் அதை அவினாசிலிங்கம் கையாண்டார்!' என்று கலைக்களஞ்சியத்தைத் தயாரித்த அமைப்புக்குத் தமிழ் வளர்ச்சிக் கழகம் என்ற பெயரிட்டதைப் பற்றி ம.பொ. சிவஞானம் பாராட்டினாலும் இதில் மாற்றமில்லை.[59] இத்தகைய அடையாளங்காணல் 1948இல் கலைக்களஞ்சியத்தின் மாதிரிச் சஞ்சிகை வெளியானபொழுதே ஏற்பட்டுவிட்டது. தூரன் குறிப்பிட்டது போல, 'ஒரு தடவை ஒரு கருத்து மனதில் ஏற்பட்டுவிட்டால் அதை மாற்றுவது எளிதல்ல.'[60]

மாதிரிச் சஞ்சிகை வெளியான சமயத்தில் அதனைப் பற்றித் தமது 'புது வாழ்வு' மாத இதழில் விரிவான திறனுரை எழுதினார் இன்று 'பேராசிரியர்'

என்று அறியப்படும் க. அன்பழகன். ‘களஞ்சியப் பணி’ என்பது தலைப்பு. கலைக்களஞ்சியத்தில் அவருடைய எதிர்பார்ப்புகளில் முக்கியமானவை வடசொற்கள் கலவாத நடை; ‘தமிழ்நெறியோடும் பண்பாட்டோடும் கூடியனவே தமிழ்க்களஞ்சியத்தில் இருக்கவேண்டும்’ என்பன. பெரியபுராணம் பற்றிப் பதிவு இடம்பெற்றால் சிறுத்தொண்டர், இயற்பகை நாயனார் கதைகள் இருக்கக்கூடாது. புராணக் கதைகள் அறவே கூடாது. மூடக்கொள்கைகளும் கடவுள் படங்களும் கூடா. கடவுட் படங்கள் இருப்பின் அவை கற்பனை எனச் சுட்டப்பட வேண்டும் என்பன பிற. அவினாசிலிங்கனாரையும் டி.கே.சி.யையும் கடுமையாக விமர்சித்த அன்பழகன், தமிழ் வளர்ச்சிக் கழகத்தின் ‘மற்றைய உறுப்பினர்களோ தமிழ்மொழி வளர்ச்சிக்குத் தொண்டாற்றியவர்களல்லர்’ என்றும், ‘களஞ்சியம் எவ்வாறு அமையவேண்டும் என்பது குறித்து அவர்கள் கொண்டுள்ள திட்டம் நம்பிக்கையூட்டுவதாக இல்லை’ என்றும் கடுமையாக எழுதினார். துறைசார் வல்லுநர்கள் ஆங்கில அறிஞர்களாக இருக்க, ‘அந்தக் கலைகளைத் தமிழ்முறைப்படிக் கற்றவர்களும் நியமிக்கப்பட வேண்டும்’ என்றும் அவர் வலியுறுத்தினார். மேலும் அக்குழுக்களில் ‘பெரும்பாலோர் திருமூர்த்தி இனத்தைச் [அதாவது பார்ப்பனர்கள்] சேர்ந்தவர்களாகவே அமைந்திருப்ப’தாகவும், பல குழுக்களில் ‘தமிழறிஞர்களோ தமிழ்ப் பற்றாளரோ பண்பாளரோகூட இல்லாமலிருப்பது’ வருந்துதற்குரியது என்றும் கருதினார்.

இவர்களுக்கு மாற்றாக அன்பழகன் பரிந்துரைத்த சில பெயர்களாவன: அ. இராமசாமிக்கவுண்டர்;எஸ்.எஸ்.பிள்ளை (கணக்கு); ஈ.வெ. கிருஷ்ணசாமி, சுவாமி வாலையானந்தம், ஏ. குருசாமி முதலியார் (மருத்துவம்); இ.மு. சுப்பிரமணிய பிள்ளை (வானியல்); பம்மல் சம்பந்த முதலியார் (நுண்கலை); தி. இலக்குமண பிள்ளை (இசை); நெ.து. சுந்தரவடிவேலு (கல்வி); மறைமலையடிகள் (சமயம்); எம். ஆரோக்கியசாமி

(வரலாறு); பொருளியல் (அ. முத்தையா); அண்ணா, டி. செங்கல்வராயன் (அரசியல்); பெரியார் ஈ.வெ.ரா., திரு.வி.க., மு.வ. (சமுதாய ஒழுங்கு); எஸ். முத்தையா முதலியார், ச. சோமசுந்தர பாரதியார் (சட்டம்). அன்பழகன் குறிப்பிட்ட அறிஞர்கள் பலரும் தமிழ்க் கலைக்களஞ் சியத்தில் பங்களித்தனர் என்றாலும் ஒரு சார்பினது என்ற பார்வை பரவலாக ஏற்பட்டுவிட்டது. ஏறத்தாழ முழுவதுமாகவே பார்ப்பனரல்லாத பதிப்பாசிரியக் குழுவைக் கொண்டிருந்த கலைக்களஞ்சியத்தின் மீது இத்தகைய விமரிசனம் எழுந்ததுதான் இதில் நகைமுரண்.

மேலும் கலைக்களஞ்சியம் வெறும் என்சைக்ளோபீடியா பிரிட்டானிக்காவின் மொழிபெயர்ப்பு மட்டுமே என்ற தவறான கருத்தும் ஆரம்பத்தில் நிலவியிருந்திருக்கிறது. ஆங்கிலத்திலுள்ள கலைக்களஞ்சியத்தை அப்படியே தமிழில் பெயர்த்து வெளியிடுவதற்கு 'ஏன் இவ்வளவு பெரியமுயற்சி' என்ற கேள்வியினையும் அன்பழகன் எழுப்பினார். இதுவும் சரியல்ல. கலைக்களஞ்சியத்திற்கெனவே எழுதப்பட்ட கட்டுரைகளோடுதான் தொகுதிகள் வெளியாயின என்பதை முன்னரே கண்டோம்.

பிரெஞ்சுக் கலைக்களஞ்சியம் போல் புரட்சிகரமான தாகத் தமிழ்க் களஞ்சியம் அமைய வேண்டும் என்றும் அன்பழகன் கருதியிருக்கிறார்.

திராவிட இயக்க இலக்கிய இதழான 'பொன்னி'யிலும் இதே போன்ற விமரிசனங்களைக் கண. இராமநாதன் முன்வைத்திருந்தார்.[61] இராமநாதனின் முக்கிய விமர்சனம் மணிபிரவாள நடை கையாளப்பட்டிருந்தது பற்றியது. கலைச்சொற்கள் இயன்றவரை தமிழாக இருக்கும் என்ற கலைக்களஞ்சியக் குழுவின் நிலைப்பாட்டை மறுத்து முழுவதுமாகத் தனித்தமிழ் கையாளப்பட வேண்டும் என்பதே 'பொன்னி'யின் நிலைப்பாடு. கலைக்களஞ்சியச் செயற்குழுவில் 'எதிர்ச்சக்திகள் சில வேலை செய்கின்றன' எனக் குற்றஞ்சாட்டிய அவர், கருத்து வேறுபாடிருப்பினும்

எல்லாத் தமிழ் அறிஞரையும் அணைத்துச் செல்லவேண்டும் என்றும் வேண்டினார்.

இதே போன்ற கருத்தினைக் கா. அப்பாத்துரையும் 'பொன்னி'யில் எழுதிய விரிவான தொடர் கட்டுரையில் முன்வைத்தார்.* 'பகுத்தறிவியக்கத்தார் எவரும் களஞ்சியப் பணியில் இல்லையெனலாம்' என்பதே அவருடைய குற்றச்சாட்டும். 'அறிவுக்களஞ்சிய முயற்சி "தமிழறிவுக் களஞ்சிய முயற்சி" அன்று என்பதனையும், அது தமிழியக்கத்துக்கு மாறுபட்டவர்கள் முயற்சி என்பதனையும் தமிழியக்கத் தலைவர் பெரியார், மறைமலையடிகளின் தலைமையை அது விரும்பிப் பெறாதது ஒன்றே காட்டும்' என்றும் அவர் குற்றஞ்சாட்டினார்.[62]

திராவிட இயக்க அறிவாளர்களின் நிலைப்பாடு இவ்வாறிருக்க, தேசிய இயக்கத்தவரான ம.பொ.சி.யும் மாதிரி சஞ்சிகை வெளியானபொழுது எழுதிய மதிப்புரையில் அதிலிருந்த ஏராளமான மொழிப்பிழைகளைச் சுட்டிக் காட்டி, 'பொதுவாக, முயற்சி மெச்சத் தகுந்ததே. அதிலும், இந்திய மொழிகளிலேயே முதன்முதலில் கலைக்களஞ்சியம் வெளிவரும் பெருமையைத் தமிழ் மொழிக்குத் தேடித்தந்த தமிழ் வளர்ச்சிக் கழகத்தாரைப் பாராட்டுகிறோம். . . . [இனிவரும்] கலைக்களஞ்சியத் தொகுதிகளிலேனும் இத்தகைய பிழைகளில்லாமல் நல்ல முறையில் அமைய அன்பர் அவினாசியாருக்கு "ஆண்டவன் அருள்" புரிவாராக!' என்று எகத்தாளமாக எழுதினார்.[63]

இந்த மதிப்புரைகள் எல்லாமே மாதிரி சஞ்சிகையை முன்வைத்துச் செய்யப்பட்டவையாகும். மாதிரிச் சஞ்சிகை நல்ல முன்மாதிரியாக அமையவில்லை என்ற தூரனின் வருத்தத்தை முன்னரே சுட்டினோம். தொகுதிகள்

---

* 'ஒரு பத்திரிகை ஏதோ ஒரு காரணத்தால் வஞ்சம் தீர்த்துக் கொள்ள விரும்பி சுமார் 13 வாரம் இந்தச் சிறுபுத்தகத்திற்கு விமர்சனம் எழுதிவிட்டது,' என்று தூரன் நினைவுகூர்ந்தார். தூரன், *நினைவுகள்,* ப. 30–31.

ஒவ்வொன்றாக வெளியானபோது இவர்களில் ஒருவரும் மதிப்புரைத்ததாகத் தெரியவில்லை. ஆனால் 1970களின் இடைப்பகுதியில் 'விடுதலைக்குப் பின் தமிழ் வளர்ந்த வரலாறு' என்று நூலில் ம.பொ.சி. அதனை முழுதும் பாராட்டி எழுதினார்.[64] திராவிட/தமிழ் இயக்கச் சார்பினர் கலைக்களஞ்சியச் சாதனையைப் பாராட்டியதாகப் பதிவில்லை. களஞ்சிய முயற்சியில் ஏற்பட்ட பிழைகளைப் பற்றிய ஓர்மை தூரனுக்கு இருந்துள்ளது. வெளிப்படையாக இதைப் பற்றிப் பேசாவிட்டாலும் அவருடைய நினைவுக் குறிப்புகளில் இதைப் பற்றிக் குறித்திருக்கிறார். என்சைக்ளோபீடியா பிரிட்டானிக்காவிலும்கூடப் பிழைகள் இருக்க, குறைந்த வசதிகளைக் கொண்டு பல இடர்ப்பாடுகளுக்கிடையில் வெளியான தமிழ்க் கலைக்களஞ்சியத்தில் குறை இல்லாமலிருக்க இயலாதல்லவா என்பதே அவர் கண்ட அமைதி.

> பிழைகள் நேர்வது இயல்பு. அதை வாசகர்கள் பொருட்படுத்தக் கூடாது என்று நான் சொல்ல வில்லை.... ஆங்கிலேயரிடம் ஒரு சிறந்த குணம் உண்டு. புது முயற்சி என்று தோன்றினாலும் அதில் பிழைகள் ஏற்பட்டிருந்தாலும் அதை உடனே கலைக்களஞ்சிய நிறுவனத்திற்குத் தெரிவிப்பார்களேயன்றி அதில் குறை காண்பதையே கருத்தாகக் கொண்டிருக்க மாட்டார்கள். இவ்வாறுதான் எந்த முயற்சியும் திருத்தமடைவதற்கு ஏற்ற வழியாகும்.[65]

யாழ்ப்பாணத்தைப் பற்றிய பகுதி குறையுடையதாக அமைந்துவிட்டதில் தூரன் மிகவும் வருந்தினார். அவர் பொறுப்பேற்கு முன் ஆர்க்காடு இலட்சுமணசாமி முதலியார் எடுத்த முடிவின்படி பரனவிதான என்ற ஒரு சிங்கள அறிஞரே இலங்கை தொடர்பான கட்டுரைகளை எழுத நேர்ந்தது. யாழ்ப்பாணம் பற்றிய பதிவினை மட்டுமேனும் இலங்கை அமைச்சரான சு. நடேச பிள்ளை என்பாரைக் கொண்டு எழுதுவிக்கத்

திட்டமிட்டார் தூரன். ஆனால் அவர் நோய்வாய்ப்பட்ட நிலையில் பரனவிதானவே அதனை எழுதுமாறு ஆயிற்று. கலைக்களஞ்சியத் திட்டம் தொடங்கியபோது அமைதித் தீவாக விளங்கிய இலங்கையில் அதன் முதல் தொகுதிகள் வெளியானபொழுது இன முரண்பாடுகள் கூர்மையடைந்துவிட்டன.[66]

எனவே, கலைக்களஞ்சியப் பணியைச் சிறப்பாக முடித்துவிட்ட பெருமிதத்தைவிட அதில் ‘ஏற்பட்டுள்ள பிழைகளை நீக்காமல் தவறிவிட்டேனே என்ற குற்ற உணர்வோடுதான்’ தூரன் இருந்திருக்கிறார்.

முடிவுரை

கலைக்களஞ்சியத்தின் சாதனை அடுத்து முறியடிக்கப்படாவிடினும் அடையாள அரசியலில் அது தாக்குப்பிடிக்க முடியவில்லை என்றே கூற வேண்டும்.

1968இல் இணைப்புத் தொகுதி வெளி வந்த வேளையில் முந்தைய தொகுதிகள் பெரும்பாலும் விற்றுத் தீர்ந்துவிட்டன. முதல் தொகுதி வெளியாகிப் பதினான்கு ஆண்டுகள் ஆகிவிட்ட நிலையில் பருவுலகிலும் அறிவுலகிலும் பல மாற்றங்கள் நிகழ்ந்துவிட்டன. முக்கியமாக, இரண்டாம் உலகப் போருக்குப் பிந்தைய அரசியல் சூழ்நிலையில், காலனியாதிக்கம் நீங்கி, தேச வரைபடங்களும் பெயர்களும் மாறிவிட்டன. இவற்றையெல்லாம் கருத்தில் கொள்ளாமல் முதல் பதிப்பினை அப்படியே மறுஅச்சு செய்யக் கலைக்களஞ்சியப் பொறுப்பாளர்கள் ஒருப்படவில்லை. ஆனால் அதனைப் புதுக்கி வெளியிடுவதற்கான ஏந்துகள் – பணம், ஆள்

பலம், சந்தை – எதுவும் இல்லை. கலைக்களஞ்சியத்தைப் புதுப்பித்து வெளியிடுவது பற்றி அவ்வப்போது பேச்சு அடிபடும். பின்னர் காற்றோடு போகும். ஓராயிரம் பக்க அளவில் ஒத்த அளவினதாய்ப் பன்னிரண்டு தொகுதி களாக 75 இலட்சம் ரூபாய் செலவு மதிப்பீட்டில் திருத்திய இரண்டாம் பதிப்பை வெளியிடும் திட்டம் தீட்டப்பட்டு, முதலமைச்சர் எம்.ஜி.ஆர். தலைமையில் தொடக்க விழாவும்கூட ஒரு முறை நடந்தது. இரண்டாம் பதிப்புக்காக ஒரு பதிப்பாசிரியக் குழுவைப் பயிற்றுவிக்கவும் தூரன் ஓராண்டு செலவிட்டிருக்கிறார். ஆனால் ஒன்றும் நடக்கவில்லை.

பொதுக் கலைக்களஞ்சியத்தை அடுத்துக் குழந்தைகள் கலைக்களஞ்சியம் வெளியிட முற்பட்டது தமிழ் வளர்ச்சிக் கழகம். முந்தைய பட்டறிவு இதற்குப் பயன்பட்டது என்று சொல்ல வேண்டியதில்லை. தூரனே இதற்கும் தலைமை ஆசிரியராக விளங்கினார். பல வண்ண அச்சில் இதுவும் பத்துத் தொகுதிகளாக 1968 முதல் 1976 வரையான காலப் பகுதியில் வெளியானது. இதற்கு மட்டும் திருத்திய இரண்டாம் பதிப்பு வெளியாகியிருக்கிறது (1981–1988). இதன் பிறகு மருத்துவக் கலைக்களஞ்சியமும் வெளியிடப்பட்டது.

1981இல் தமிழ்ப் பல்கலைக்கழகம் அமைக்கப்பட்ட பொழுது அதன் முதல் துணைவேந்தர் வ.ஐ. சுப்ரமணியம் புதிதாகக் கலைக்களஞ்சியம் வெளியிட முனைந்தார். திருவனந்தபுரம் திராவிட மொழிகள் நிறுவனவழிச் சிறிய அளவில் திராவிடக் கலைக்களஞ்சியத்தை ஆங்கிலத்தில் வெளியிட்டவரே ஆயினும் அவரது இந்த முயற்சி சிறக்க வில்லை. திட்டமிடலும் திறமும் இல்லாமல் துணைவேந்தர் காட்டிய அவசரம் அதன் ஈடேற்றத்துக்கு இடராயிற்று. அர்ப்பணிப்புள்ள ஆற்றலாளர்கள் இல்லாத நிலையும் பெருந்தடையானது. கொட்டி கொட்டி அளந்தாலும் குறுணி பதக்காகாதல்லவா? உருவம், உள்ளடக்கம் என்று எந்த நிலையிலும் தமிழ் வளர்ச்சிக் கழகத்தின்

முயற்சியோடு ஒப்பிட முடியாததாகவே தமிழ்ப் பல்கலைக்கழகத்தின் வாழ்வியல், அறிவியல் கலைக்களஞ்சியங்கள் அமைந்துள்ளன.*

தி.சு. அவினாசிலிங்கம் செட்டியாரின் தொலை நோக்கும் வினைத் திட்பமும், பெரியசாமித் தூரனின் செயல் திறனும் அறிவாற்றலும், தெ.பொ.மீயின் புலமைத் திறமும், ஏராளமான அறிஞர்களின் கூட்டுழைப்பும், அரசாங்கத்தின் ஆதரவும், புரவலர்களின் கொடையும் கொண்டு உருவானதாகும் தமிழ்க் கலைக்களஞ்சியம். புதிய இணையத் தொழில்நுட்பம் வந்துவிட்ட புத்தாயிரத்தில் அச்சு வடிவிலான கலைக்களஞ்சியங்களுக்கு இனி இடமில்லை. எனினும் தமிழ் வளர்ச்சிக் கழகம் வெளியிட்ட கலைக்களஞ்சியம் பயனிழந்தாலும் காட்சிக்குரிய கண்கவர் கலங்கரை விளக்கமாகத் தமிழுலகில் என்றென்றும் நிலைத்து நிற்கும் என்பதில் ஐயமிருக்க முடியாது.

---

* 1996–2000 ஆண்டுகளில் நெல்லை மனோன்மணியம் சுந்தரனார் பல்கலைக்கழகத்தில் பணியாற்றியபொழுது 'அச்சுப் பண்பாட்டின் வரலாறு' என்றொரு பாடத்தை நடத்தி வந்தேன். அதன் ஒரு பகுதியாக இவ்விரண்டு கலைக்களஞ்சியங்களிலிருந்தும் சில கட்டுரைகளை ஒப்பிட்டு ஒப்படைப்புக் கட்டுரை வழங்குமாறு மாணவர்கள் பணிக்கப்பட்டனர். பழைய கலைக்களஞ்சியப் பதிவுகளே சிறப்புற அமைந்திருந்திருப்பதைக் காண முடிந்தது.

பிற்சேர்க்கை

விடைபெறுகின்றேன்
பெ. தூரன்

சென்னை மாநகருக்கு 1948இல் வந்து முப்பது ஆண்டுகள் சென்றோடி விட்டன. நம்பக்கூட முடியவில்லை. இப்பொழுது ஓய்வு பெற்று உங்களிடம் விடை பெறும் நேரத்தில், இந்த முப்பது ஆண்டுகளில் செய்து முடித்த பணிகளை எண்ணிப் பார்க்கிறேன். தமிழில், பெரிய அளவில், பத்துத் தொகுதிகள் கொண்ட கலைக்களஞ் சியத்தைப் பதினேழு ஆண்டுகள் அயராது உழைத்து முடிப்பதில், பிரதம ஆசிரியர் என்ற முறையில், பெரும் பங்குகொண்டேன். அப்பணி முடியும் எல்லையிலேயே, குழந்தைகள் கலைக்களஞ்சியம் ஒன்றைப் பத்துத் தொகுதி களில் கவர்ச்சியாக உருவாக்குவதில் தமிழ் வளர்ச்சிக் கழகம் முனைந்தது. அதற்கும் தலைமைப் பதிப்பாசிரியனாக இருந்து சுமார் பன்னிரண்டு ஆண்டுகளில் செய்து முடிக்க உதவினேன். இந்த இரு பெரும் பணிகளுக்கு ஊக்கம் அளித்து, வேண்டிய பொருளைத் தேடி, தமிழ் மேலுள்ள ஆர்வத்தால் இக்கழகத்தை நிறுவியவரும், இதன் தலைவராகத் தொடக்கத்திலிருந்து விளங்குபவரும் ஆன எங்கள் மதிப்பிற்குரிய திரு. தி.சு. அவினாசிலிங்கம் செட்டியார் அவர்கள் காரணமாக இருந்தார்கள்.

தமிழ்க் கலைக்களஞ்சியத்தின் கதை

இவருடைய ஆர்வம் இல்லாமல் இந்த இரண்டு பணிகளும் நடந்திருக்க முடியாது. அவருக்குத் தமிழகம் என்றும் கடமைப்பட்டுள்ளது.

புதிதாக நமது மொழியில், ஆங்கிலம் முதலிய மேல்நாட்டு மொழிகளில், உள்ளது போன்ற ஒரு நல்ல கலைக்களஞ்சியத்தை உருவாக்குவது என்பது எளிதான செயல் அன்று. இதை இங்கு விரித்துக் கூற வேண்டுவதில்லை. எத்தனையோ குறைகள், தடைகள், எத்தனையோ தோல்விகள், கருத்துவேறுபாடுகள் – இவற்றையெல்லாம் சமாளித்து வெற்றி பெறவேண்டும். உழைப்பு, உழைப்பு, சோர்வில்லாத உழைப்பு – இதுவே தாரக மந்திரமாக இருந்தது. இந்த முயற்சிகளுக்கிடையே எதிர்பாராத விதமாக என் உடல்நலம் குன்றியது. கலைக்களஞ்சியம் ஐந்தாம் தொகுதி தொடங்கும்போதே புரியாத இந்த நலிவும் சேர்ந்துகொண்டது. எந்த மருத்துவராலும் இதன் மர்மத்தை அறியக் கூடவில்லை. எல்லா மருத்துவர்களும் என்னிடம் பரிவும் அன்பும் கொண்டே இருந்தனர். ஆனால், நலிவு எதனால் வந்திருக்கிறது என்று கண்டுபிடிக்க முடியாமற்போயிற்று.

சென்ற இருபது ஆண்டுகளாக இதனோடு போராடிக் கொண்டே இரு கலைக்களஞ்சியங்களும் உருவாகி விட்டன என்றால், அது இறைவன் அருளே ஆகும். ஏதோ மரபுக்காக இவ்விதம் கூறவில்லை. இதுவே உண்மை.

இந்த இரண்டு பணிகளும் முடிந்ததும் ஓய்வுபெற விரும்பினேன். இருபத்தைந்து ஆண்டுகளாகத் தடைபட்டுப் போன கவிதைப் படைப்பு, கதைப் படைப்பு முதலிய சொந்த இலக்கிய முயற்சிகளிலே ஈடுபட உள்ளம் என்றுமே ஏங்கி நின்றது.

இந்த நிலையிலே தமிழ்க் கலைக்களஞ்சியத்தின் முதற்பதிப்புப் பெரும்பாலும் விற்பனையாகி விட்டதால் திருந்திய இரண்டாம் பதிப்பு வெளியிடவேண்டும் என்ற முயற்சி மேற்கொள்ளப்பட்டது. அதற்கென

நியமிக்கப்பட்டுள்ள புதிய ஆசிரியர்களுக்கு வழிகாட்ட வேண்டிய பொறுப்பும் என்னையே சார்ந்தது. அதற்காக மேலும் ஓர் ஆண்டு பணிபுரிய வேண்டியதாயிற்று. அதையும் ஆர்வத்துடனேயே செய்துமுடித்திருக்கிறேன்.

இனி, இந்த மாதத்தில் ஓய்வு பெற்று என் சொந்தப் படைப்பில் முழுநேரமும் ஈடுபடலாம் என்று எண்ணியுள் ளேன். நான் கவிஞனாகவே முதலில் உலகிற்கு அறிமுகமா னேன. பிறகு சிறுகதைகள், நாடகங்கள், இசைப்பாடல்கள், குழந்தைகளுக்கான பாடல்கள், கதைகள் எனறு பல துறைகளில் நுழைந்து பல நூல்கள் இயற்றினேன். ‘பாரதி தமிழ்’ என்ற தலைப்பிலே, மறைந்து கிடந்த பாரதியாரின் எழுத்துக்களை வெளிக்கொணர்ந்தேன். சுமார் ஐம்பது ஆண்டுகளுக்கு முன்பு நான் இந்த முயற்சியில் ஈடுபடாதிருந் தால் பாரதியாரின் எழுத்தில் பெரியதோர் பகுதி மறைந்தே போயிருக்கும் என்பது பலரும் அறிந்த உண்மையாகும்.

நான் எழுதியவற்றில் பல நூல்கள் இன்று கைவச மில்லை. அவற்றைப் புதுப்பித்து வெளியிட வேண்டும். புதிய கவிதை, கதை இவற்றிற்கும் அதிக நேரம் ஒதுக்கலாம். இசைப்பாடல்களின் மூலம் இறைவனை எந்த நேரமும் எண்ணமுடியுமல்லவா? வாழ்வின் பயனும் இதுதானே?

உடல் என்னும் கருவி உழைப்பால் தேய்ந்து போவது இயற்கைதான்: ஆனால் உள்ளம் இளமை மாறவில்லை. இறைவன் கருணை அது. அவன் இக்கருவியை எவ்வளவு காலம் பயன்படுத்தச் சித்தம் கொண்டிருக்கிறானோ அதுவரை எடுத்த காரியம் யாவினும் வெற்றி கிடைக்கும் என்பது என் திடமான நம்பிக்கை.

குழந்தைகளுக்குச் சுவையாகக் கதை சொல்வதில் எனக்கு அளவு கடந்த விருப்பம் உண்டு என்பதைப் பலர் அறிவார்கள். அவ்வாறு கதை சொல்லிப் பச்சிளந் தலைமுறைகளின் உள்ளத்தில் உயரிய ஆர்வங்களும், சீரிய நெறிமுறைகளும் ஊற்றெடுக்க உதவ முடியுமானால் அதுவும் என் கனவுகளில் ஒன்றை நனவாக்க இயலும்

என்பதைத் தெரிவித்துக்கொண்டு, மறுமுறையும் நன்றி அறிதலோடு, நான் முப்பது ஆண்டுகளாகத் தலைமை ஆசிரியனாகவும், கழகம் தொடங்கியது முதல் ஒரு செயலாளனாகவும் பணிபுரிந்த தமிழ் வளர்ச்சிக் கழகத்திலிருந்து விடைபெறுகின்றேன் என்பதை அன்புடன் தெரிவித்துக்கொள்கிறேன். வணக்கம்.

41, இரண்டாவது மெயின் ரோடு   ம.ப.பெரியசாமித் தூரன்
கஸ்தூர்பா நகர்   22-6-1978
அடையாறு
சென்னை 600020

சான்றுக் குறிப்புகள்

1. இதன் உருவாக்கத்தைப் பற்றி அண்மையில் விரிவான நூல் ஒன்று வெளியாகியுள்ளது: Denis Boyles, *Everything Explained That is Explainable*, Vintage, New York, 2017.

2. ஆ. முத்துத்தம்பிப் பிள்ளை, *அபிதான கோசம்*, 1902, நூலாசிரியர் முகவுரை.

3. பெ. தூரன், 'தமிழ்க் கலைக்களஞ்சியங்கள்'.

4. *அபிதான சிந்தாமணி* பற்றிய இப்பகுதி முழுவதும் அந்நூலின் முதல் பதிப்புக்கு (1910) ஆ. சிங்காரவேலு முதலியார் எழுதிய தமிழ், ஆங்கில முன்னுரைகளையும், இரண்டாம் பதிப்புக்கு (1934) அவருடைய மைந்தர் ஆ. சிவப்பிரகாச முதலியார் எழுதிய முன்னுரையையும் தழுவியது. *அபிதான சிந்தாமணி* நூலுக்குச் சிறப்பானதொரு அறிமுகக் கட்டுரையைச் சாலை இளந்திரையன் வரைந்துள்ளார்: *புதுத் தமிழ் முதல்வர்கள்*, தமிழ்ப் புத்தகாலயம், சென்னை, [1972] 1992, இயல் 3, 'கலைக்களஞ்சியம்', ப. 96–138.

5. 'களஞ்சியப் பணி,' *புது வாழ்வு*, 1(3), 15 மார்ச் 1948.

6. *விவேகோதயம்*, 1(7), ஆகஸ்டு 1916.

7. பெ. தூரனுக்குச் சுத்தானந்த பாரதி கடிதம், புதுச்சேரி, 6–12–1948. பெ. தூரன் கடிதக் கோப்பு.

8. இதன் விரிவுக்குக் காண்க: ஆ.இரா. வேங்கடாசலபதி, 'மருத்துவ அகராதி தந்த மேதை', *காலச்சுவடு* (இதழ் 85), ஜனவரி 2007; ஆ.இரா. வேங்கடாசலபதி, *ஆஷ் அடிச்சுவட்டில்: அறிஞர்கள் ஆளுமைகள்*, காலச்சுவடு பதிப்பகம், நாகர்கோயில், 2016, இயல் 6.

9. டி.எஸ். சொக்கலிங்கம், *எனது முதல் சந்திப்பு*, 1956, ப. 77. மேலும் காண்க: T.S. Avinashilingam Chettiar, *The Sacred Touch*: *An Autobiography,* Avinashilingam University, Coimbatore, [1996] 2000, ப. 297.

10. இந்தப் பத்தி முழுவதும் *தீபம்* ஜூன் 1966இல் வெளியான நேர்காணலை அடிப்படையாகக் கொண்டது. நேர்காணலை நிகழ்த்தியவர் கிருஷ்ணமணி. மறுபதிப்பு: வே. சபாநாயகம் (தொகுப்பு), *தீபம் இதழ்த் தொகுப்பு*, கலைஞன் பதிப்பகம், சென்னை, 2004, ப. 104–116.

11. *கலைக்களஞ்சியம்*, தொகுதி 1, 1954, முகவுரை, ப. v.

12. *கலைக்களஞ்சியம்*, தொகுதி 1, 1954, முகவுரை, ப. v.

13. தி.சு. அவினாசிலிங்கம், 'தூரனின் மகத்தான சேவை', *அமரகவி, பத்மபூஷண் ம.ப. பெரியசாமித் தூரன் நினைவு மலர்*, 1987.

14. ம.ப. பெரியசாமித் தூரன், *நினைவுகள்*, ப. 16–17. (கையெழுத்துப்படி)

15. தூரனின் வாழ்வையும் பணியையும் அறியப் பின்வரும் நூல்களைக் காண்க: சிற்பி பாலசுப்பிரமணியம், *ம.ப. பெரியசாமித் தூரன்*, சாகித்திய அக்காதெமி, புது தில்லி, 2000; சிற்பி பாலசுப்பிரமணியம் (தொகுப்பு), *தொண்டில் கனிந்த தூரன்*, பாரதீய வித்யா பவன், கோயம்புத்தூர், 2008; சிற்பி பாலசுப்பிரமணியம் (தொகுப்பு), *பெரியசாமித் தூரன் கருத்தரங்கக் கட்டுரைகள்*, சாகித்திய அக்காதெமி, புது தில்லி,

2015; ரா.கி. ரங்கராஜன், *தூரன் என்ற களஞ்சியம்*, வானதி பதிப்பகம், சென்னை, 2007.

16. *தூரன், நினைவுகள்*, ப. 16.

17. தீபம் இதழ் திரிகூடசுந்தரம் பிள்ளையிடமும் ஒரு நேர்காணலை அக்டோபர் 1969இல் நிகழ்த்தியது. அதில் கலைக்களஞ்சியப் பணி பற்றிய எந்தக் கேள்வியும் எழுப்பப்படவில்லை. நேர்காணலை நிகழ்த்தியவர் தி.பி. சுந்தரம். மறுபதிப்பு: வே. சபாநாயகம் (தொகுப்பு), *தீபம் இதழ்த் தொகுப்பு*, 2004, ப. 350–60.

18. ஐ.கே. சுப்பிரமணியன், 'கலைக்களஞ்சியப் பக்தி', சிற்பி பாலசுப்பிரமணியம் (தொகுப்பு), *பெரியசாமித் தூரன் கருத்தரங்கக் கட்டுரைகள்*, ப. 136.

19. *தூரன், நினைவுகள்*, ப. 67.

20. ஐ.கே. சுப்பிரமணியன், 'கலைக்களஞ்சியப் பக்தி', ப. 134.

21. கண்ணில் படலம் ஏற்பட்ட நிலையிலும் மெய்ப்புகளை உருப்பெருக்காடி கொண்டு அவர் திருத்தியதாகத் தூரன் குறிப்பிடுகிறார். *தூரன், நினைவுகள்*, ப. 84.

22. *தூரன், நினைவுகள்*, ப. 20.

23. ந. சுப்ரமண்யன், *என் வாழ்க்கை வரலாறு: இரு வேறு உலகத்தியற்கை*, என்னெஸ் பப்ளிகேஷன்ஸ், உடுமலைப்பேட்டை, 1993, ப. 272.

24. *தூரன், நினைவுகள்*, ப. 134.

25. *தூரன், நினைவுகள்*, ப. 103–104.

26. *தூரன், நினைவுகள்*, ப. 134–5.

27. *தூரன், நினைவுகள்*, ப. 22.

28. காண்க: 'கலைச்சொல்லாக்கத்தின் அரசியல்', ஆ.இரா. வேங்கடாசலபதி, *அந்தக் காலத்தில் காப்பி*

இல்லை முதலான ஆய்வுக் கட்டுரைகள், காலச்சுவடு பதிப்பகம், நாகர்கோவில், 2000.

29. தூரன், *நினைவுகள்*, ப. 188.
30. *கலைக்களஞ்சியம்*, தொகுதி 1, 1954, முகவுரை, ப. vi.
31. தூரன், *நினைவுகள்*, ப. 62–3.
32. தூரன், *நினைவுகள்*, ப. 64–5.
33. தூரன், *நினைவுகள்*, ப. 30–31.
34. மறைமலையடிகள் நாட்குறிப்புகள், 4 ஜூலை 1949.
35. தியடோர் பாஸ்கரனுக்கு மா. கிருஷ்ணன் கடிதம், 30 ஜனவரி 1991. கலைக்களஞ்சியத்தில் கிருஷ்ணன் எழுதியவை இப்பொழுது நூலாக்கம் பெற்றுள்ளன: பெருமாள் முருகன் (பதிப்பு), மா. கிருஷ்ணன், *பறவைகளும் வேடந்தாங்கலும்*, காலச்சுவடு பதிப்பகம், நாகர்கோயில், 2010.
36. கலைக்களஞ்சியத்தில் தெ.பொ.மீ. எழுதியவை தனியே நூலாக்கம் பெற்றுள்ளன: இராம. சுந்தரம் (தொகுப்பு), தெ.பொ. மீனாட்சிசுந்தரன், *தமிழ்க் களஞ்சியம்*, தெ.பொ. மீனாட்சிசுந்தரனார் நினைவு அறக்கட்டளை, மதுரை, 2000.
37. இராஜாஜிக்குப் பெ. தூரன் கடிதம் 14 October 1955. C. Rajagopalachari Papers, V instalment, Nehru Memorial Museum and Library, New Delhi.
38. தூரன், *நினைவுகள்*, ப. 142.
39. தூரன் 'தீபம்' நேர்காணல், ப. 110.
40. ந. சுப்ரமண்யன், *என் வாழ்க்கை வரலாறு: இரு வேறு உலகத்தியற்கை*, ப. 267–70.
41. ஐ.கே. சுப்பிரமணியன், 'கலைக்களஞ்சியப் பக்தி', ப. 134.
42. ஐ.கே. சுப்பிரமணியன், 'கலைக்களஞ்சியப் பக்தி', ப. 137.

43. கல்வித் துறைக்கு அவினாசிலிங்கம் கடிதம், ஜூலை 1954.

44. தமிழ் வளர்ச்சிக் கழகத்துக்கும் ஓரியண்ட் லாங்மனுக்குமான வரைவு ஒப்பந்தம்.

45. அவினாசிலிங்கம் செட்டியாருக்கு இந்திய அரசின் கல்வித் துறை இணைச் செயலாளர் கடிதம், 8 செப்டம்பர் 1949.

46. கல்வித் துறைச் செயலாளா தாரா சந்துக்கு அவினாசிலிங்கம் கடிதம், நாளிடப்படவில்லை.

47. கல்வித் துறைச் செயலாளர் தாரா சந்துக்கு அவினாசிலிங்கம் கடிதம், 11 ஜனவரி 1950.

48. அவினாசிலிங்கம் செட்டியாருக்கு இந்திய அரசின் கல்வித் துறை இணைச் செயலாளர் கடிதம், 8 பிப்ரவரி 1950.

49. அவினாசிலிங்கம் செட்டியாருக்குக் கல்வித் துறை கடிதம், 10 ஏப்ரல் 1951.

50. கல்வித் துறைச் செயலாளருக்கு அவினாசிலிங்கம் கடிதம், 9 நவம்பர் 1953.

51. கல்வித் துறைச் செயலாளருக்கு அவினாசிலிங்கம் கடிதம், 9 நவம்பர் 1953.

52. இயற்கை வளங்கள் மற்றும் அறிவியல் ஆராய்ச்சி அமைச்சர் ஹுமாயுன் கபீருக்கு அவினாசிலிங்கம் கடிதம், 16–7–1960.

53. அவினாசிலிங்கம் செட்டியாருக்குக் கல்வித் துறை இணை அமைச்சர் பகத் தர்ஷன் கடிதம், 3–7–1964.

54. இப்பகுதி அவினாசிலிங்கம் சுயசரிதையைத் தழுவியது. T.S. Avinashilingam Chettiar, *The Sacred Touch: An Autobiography*, ப. 306–307.

55. *கலைக்களஞ்சியம்*, தொகுதி IV, முகவுரை.
56. *கலைக்களஞ்சியம்*, தொகுதி V, முகவுரை.
57. *கலைக்களஞ்சியம்*, தொகுதி VI, முகவுரை.
58. 'விடைபெறுகிறேன்'. தூரன் அறிக்கை, 22-6-1978. (முழு வடிவத்திற்குப் பிற்சேர்க்கையைக் காண்க.)
59. ம.பொ. சிவஞானம், *விடுதலைக்குப் பின் தமிழ் வளர்ந்த வரலாறு*, பூங்கொடி பதிப்பகம், சென்னை, 1980 (இரண்டாம் பதிப்பு), ப. 22.
60. தூரன், *நினைவுகள்*, ப. 31.
61. 'கலைக்களஞ்சியம்', *பொன்னி* 2(8), 25-1-1949.
62. 'தமிழ் அறிவுக்களஞ்சியம்', *பொன்னி*, 15-7-1948.
63. *தமிழ் முரசு*, 19-2-1948.
64. ம.பொ. சிவஞானம், *விடுதலைக்குப் பின் தமிழ் வளர்ந்த வரலாறு*, ப. 21-31.
65. தூரன், *நினைவுகள்*, ப. 56.
66. தூரன், *நினைவுகள்*, ப. 117-23.

அமர்ந்திருப்போர்: பு.மு. இரத்தினசபாபதி முதலியார்; ஜ. இராஜூ முதலியார்; ந. சுப்ரமண்யன்; ம.ப. பெரியசாமித் தூரன்; நா.கி. நாகராசன்; பொ. திரிகூடசுந்தரம் பிள்ளை; ஊ.அ. பாஷியம் ஐயங்கார்; ப.மு. சோமசுந்தரம் பிள்ளை. (1951 – 1953 காலகட்டத்தில் எடுத்த படம்)

தி.சு. அவினாசிலிங்கம் செட்டியார்

பெ. தூரன்

தெ.பொ. மீனாட்சிசுந்தரனார்

பொ. திரிகூடசுந்தரம் பிள்ளை

ஆ. இரா. வேங்கடாசலபதியின் பிற நூல்கள்

அந்தக் காலத்தில் காப்பி இல்லை
முதலான ஆய்வுக் கட்டுரைகள்
ரூ. 275

நாவலும் வாசிப்பும்
(ஒரு வரலாற்று பார்வை)
ரூ. 150

முச்சந்தி இலக்கியம்
ரூ. 350

பாரதி: கவிஞனும் காப்புரிமையும்
பாரதி படைப்புகள் நாட்டுடைமையான வரலாறு
ரூ. 175

ஆஷ் அடிச்சுவட்டில்
அறிஞர்கள், ஆளுமைகள்
ரூ. 290

எழுக, நீ புலவன்!
பாரதி பற்றிய கட்டுரைகள்
ரூ. 280

திராவிட இயக்கமும் வேளாளரும்
ரூ. 170

காலச்சுவடு பப்ளிகேஷன்ஸ் (பி) லிட்
669 கே.பி. சாலை
நாகர்கோவில் 629 001